अभिप्राय

अयान हिरसी अली आणि ॲना ग्रे लिखित या गोष्टीत अदान आणि इव्हा या किशोरवयीन मुलांच्या भावविश्वाचे खूप सुंदर वर्णन केले गेले आहे. पूर्णपणे भिन्न धर्म, संस्कृती आणि सामाजिक परिस्थिती असलेली दोन कोवळी मुले योगायोगाने एकत्र येतात आणि दोघांच्याही एकाकी जीवनात एक अनोखे मैत्र निर्माण होते.

दैनिक मातृभूमी, ३-०१-२०१०

धर्मांधतेच्या आगीत जास्त करून अदान ईव्हासारखे कोवळे जीवच होरपळले जातात. आज जगात अशा कितीतरी कहाण्या घडत असतील. घडल्या असतील. त्यांना वाचा फोडण्यासाठी, इतर अनेक लेखकांना सावरून प्रेरणा मिळावी म्हणून लेखिकांनी केलेला प्रयास खरोखर स्तुत्य आहे.

दैनिक गोवादूत, ७-२-२०१०

किशोरवयीन मुलांचं भावविश्व रेखाटणारं लक्षवेधी पुस्तक

सकाळ, ३१-५-२०१०

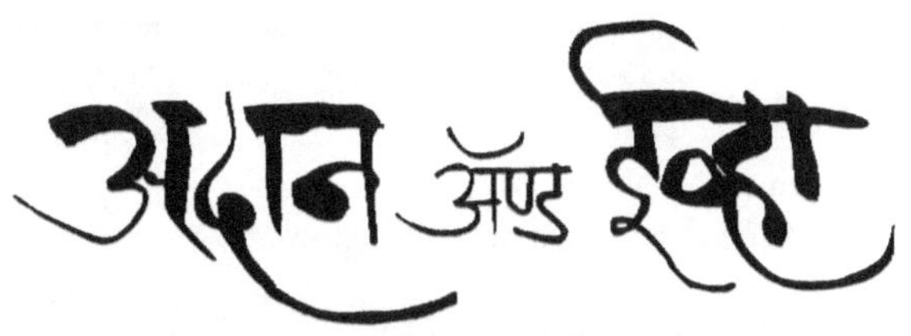

अद्न अँड ईव्ह

अयान हिरसी अली
अॅना ग्रे

अनुवाद
उज्ज्वला गोखले

मेहता पब्लिशिंग हाऊस

Adan & Eva by Ayaan Hirsi Ali / Anna Gray

© Ayaan Hirsi Ali & Anna Gray 2007

Original Publisher : Gruppo Creativo - www.gruppo-creativo.nl

अदान ॲण्ड ईव्हा / अनुवादित लघुकादंबरी

अनुवाद   : उज्ज्वला गोखले – बी/२, यशोधन, संत जनाबाई मार्ग,
           विलेपार्लें (पू), मुंबई – ४०० ०५७ ℗ : ०२२-२६१२९७२४
             E-mail : Gokhale.ujjwala@yahoo.com

मराठी अनुवादाचे व प्रकाशनाचे हक्क मेहता पब्लिशिंग हाऊस, पुणे

प्रकाशक   : सुनील अनिल मेहता – मेहता पब्लिशिंग हाऊस,
           १९४१ सदाशिव पेठ, माडीवाले कॉलनी, पुणे – ४११ ०३०

मुखपृष्ठ   : फाल्गुन ग्राफिक्स

प्रथमावृत्ती : ऑक्टोबर, २००९

P book ISBN 9788184980752

आपल्याला कोठे नेत आहेत हे जाणवल्यावर अदानला धक्काच बसला. हा रस्ता तर विमानतळाकडे जात होता. त्या खटारा टॅक्सीचे वायपर्स फटाफट फिरून काचेवरील पाण्याचे ओघळ बाजूला करण्याचा प्रयत्न करत होते, तेवढ्यात त्याचे अब्बा त्याच्याकडे वळून जरबेने म्हणाले,

"थोबाडावरचे हे भाव आधी काढून टाक. मी हे जे करतोय ही खरं तर तुझ्यावर मेहरबानी आहे हे लक्षात ठेव. अदान, तू केलेल्या मूर्खपणानंतर विमानाचं तिकीट काढून देण्याचीही तुझी लायकी उरली नाहीये. मी तुला यानंतर पुन्हा भेटेन तोपर्यंत माअलीमने चौदावं रत्न दाखवून तुला वठणीवर आणलं असेल आणि मर्दानगीची आणि स्वाभिमानाची जाणीव करून दिली असेल. अल्लाची मर्जी असेल तर कदाचित, आज तुझ्यामुळे आपल्या खानदानाच्या इज्जतीला जो बट्टा लागला आहे, तोही तू दूर करू शकशील."

ईव्हाचा प्रवास अत्यंत वेगाने चालू होता. फक्त दिशा वेगळी होती. पावसाळी निसरड्या हायवेवर आपल्या सावत्र आईची काळी मर्सिडिज कौशल्याने चालविणाऱ्या पिएटकडे ती टक लावून बघत होती. तिच्या कपड्यांना कडक स्टार्च केलेला होता आणि मानेवर अगदी मुळाशीच केसांचा बुचडा बांधला होता. एक स्विस बोर्डिंग शाळा, मिजासखोर मुलींची फिनिशिंग स्कूल. तिच्या सावत्र आईनं तिला खात्रीनं सांगितले होते, "बेटी, तिथं तुला अतिशय छान माणसं भेटतील आणि तुला नक्की आवडेल बघ." तिच्या डॅडींनीही स्पष्टपणे संपूर्ण सहमती दर्शवली होती. "तुझ्यासाठी काय बरं आणि काय वाईट ते ज्युलिआला चांगलं माहिती आहे बेटा."

आता या जगात कोठेही तिला घराची ऊब मिळणे शक्य नव्हते हे ईव्हाला कळून चुकले होते. आपल्या खिशातील चिंधी तिने घट्ट पकडली आणि पापण्यांनी थोपवलेले डोळ्यांतले पाणी बाहेर पडू नये, यासाठी ती पुन्हा प्रयत्नपूर्वक ड्रायव्हरकडे नजर खिळवून बघू लागली. रडण्याचा काही उपयोगच नव्हता. कारण त्यामुळे परिस्थितीत काहीही बदल होणार नव्हता.

*

रोजच्याप्रमाणेच सोमवारी सकाळी अदान वाहनांच्या रहदारीच्या आवाजाने जागा झाला. त्याच्यासाठी हा आवाज म्हणजे संपूर्ण जगातला अतिशय चिरपरिचित आवाज होता. कोणाशीही बोलताना हा आवाज पार्श्वसंगीतासारखा असायचाच. ॲमस्टरडॅमच्या वेशीवरच वसलेला स्लोट्‌मेअर जिल्हा जिथे तो राहायचा, शेजारपाजारच्या सगळ्या एकसारख्याच दिसणाऱ्या लांबच लांब इमारतींसमोरून वाहत्या रहदारीचा हा ए १० या नंबरचा रस्ता जात होता. चार मजली मातकट रंगाच्या चौकोनी पांढऱ्या खिडक्या असलेल्या या इमारतींमध्ये सुरीनाम तुर्की, मोरोक्को येथून स्थलांतरित झालेली हजारो माणसे राहत होती. ही घरे जवळपास अदानच्या घरासारखीच होती. सगळीकडे सारखीच गडबड होती.

जमीला, अदानची बहीण झोपेत पुन्हा एकदा अदानच्या डोक्याशीच बेडरूमच्या भिंतीला धडकली, त्यामुळे अदानला जाग आली; मात्र आपल्या मोठ्या भावांची झोपमोड होऊ नये म्हणून बिलकूल आवाज न करता अदान अंथरुणावरून उठला.

आता ही दर सोमवारचीच हकिकत होती. थोरबेक ग्रामर स्कूल गाठायची म्हणजे अदान आणि जमीलाला घरातील इतर सर्वांच्या किमान एक तास आधी उठावे लागे. आरशात बघून आपले थोटके काळेभोर केस नीट सरळ बसवण्याचा प्रयत्न करताना अदानने तोंड वाकडे केले. जमीला नसती तर तो कधीही शाळेत वेळेवर पोहोचला नसता. एरवीही त्यांना खूप वेळ उशीरच व्हायचा.

अदान जाणून होता, की ॲमस्टरडॅममधल्या सर्वोत्तम शाळांपैकी एका शाळेत प्रवेश मिळाल्याबद्दल त्याने अल्लाचे आभारच मानायला

हवेत. सगळे म्हणायचे, की अदान खूप भाग्यवान आहे. ॲम्स्टरडॅम म्युन्सिपालिटीने 'राखीव जागांसाठी' आपल्या दोन मुलांची निवड केल्यामुळे झकाउर कुटुंब खरंच किती सुदैवी आहे. गृहनिर्माण वसाहतींमधील बहुतांश परदेशी उप-यांच्या मुलांची गाडी तथाकथित व्यावसायिक शिक्षणाशीच थांबायची. तसे ह्यांच्या बाबतीत घडणार नव्हते. एका नामांकित शैक्षणिक संस्थेत ते आणखी शिकणार होते आणि जगातली मोठमोठी आव्हाने पेलण्यासाठी तयार होणार होते.

थोरबेक शाळा इतकी प्रसिद्ध होती, तरीही अदानला त्याविषयी काहीही माहिती नव्हती आणि आपल्या बापजाद्यांनी तरी या शाळेबद्दल काही ऐकले असेल की नाही, याची त्याला शंका होती. ॲम्स्टरडॅमच्या मध्यवर्ती भागातली ही उच्चभ्रू लोकांची ही शाळा होती. 'हेरेंग्राट – द जंटलमन्स कनाल' येथील फिकट पिवळ्या रंगाच्या इमारती आणि कालवे हे एखाद्या कॅलेंडरवरच्या चित्रासारखे सुंदर होते. खरं तर गावाच्या वेशीपाशी असलेले थोरबेक त्याच्या घरापासून बसने फक्त पस्तीस मिनिटांच्या अंतरावर होते. पण ते साहजिकच परग्रहावर असल्यासारखे वाटायचे.

या शाळेसाठी आपली कशी काय निवड झाली याची अदानला कल्पनाच नव्हती. स्लोट्मेअर प्राथमिक शाळेतील आणखी दोन-तीन मुलांनाही म्युन्सिपालिटीकडून अशी पत्रे आली होती. 'जाहीर करण्यात आनंद होतो की, १० सप्टेंबर, १९९४ रोजी मोरोक्कोतील औरझोऊझू येथे जन्मलेल्या अदान झकाउर याची स्वयंसेवी शाळा समावेशक कार्यक्रमांतर्गत थोरबेक ग्रामर स्कूलमध्ये प्रवेशासाठी निवड झाली आहे.' पण याला आता तीन आठवडे होऊन गेल्यावरही त्याला तिथे उप-यासारखेच वाटायचे. शाळेतील इतर सगळी मुले डच होती. जी थोडी काळी मुले वर्गात होती, ती दत्तक घेतलेली होती. याशिवाय अपवादात्मक काही आशियाई मुले होती, बहुतेक सगळी चष्मेवाली होती. अदान हा एक भयानक जंगली प्राणी किंवा पिसाटलेला वेडा असल्यागत इतर सर्व मुले, तो काय खातो, कसा बोलतो या प्रत्येक गोष्टीवर बारीक लक्ष ठेवून असत. वर्गात अभ्यासाच्या बाबतीत अदान इतका मागे पडला होता, की शिक्षकांनी त्याच्यापुढे कधीच हात टेकले होते. त्यांनी त्याचा नादच सोडून दिल्याचे चित्र स्पष्ट दिसत होते.

तो रसोईमधे गेला. त्याच्या अम्मीने त्याच्या नाश्त्यासाठी खास मोरोक्को पद्धतीची थालिपिठे करून ठेवली होती; पण अदानने त्याऐवजी कॉर्नफ्लेक्सच घेतले. अम्मीने व्यवस्थित पॅक करून दिलेले ताज्नेसुद्धा तो जाता जाता बसस्टॉपवर कचऱ्याच्या डब्यात टाकणार होता आणि जेवणासाठी स्निकर्स विकत घेणार होता. त्याच्यासाठी खास पदार्थ बनविण्याचा त्याच्या अम्मीचा अट्टाहास असे. शाळेतले पदार्थ हलाल नसायचे आणि म्हणूनच अदानने ते खाऊ नयेत असे त्यांना वाटत असे; पण तो अम्मीच्या हातचे पदार्थ शाळेत घेऊन जाऊ शकत नव्हता. ही चूक त्याने यापूर्वी एकदा केली होती. अनोळखी मसाल्यांच्या वासाने इतर मुलांनी कशी नाकं मुरडली आणि मळमळल्यासारखा चेहरा करून ती कशी एकदम लांब पळाली हे तो विसरू शकत नव्हता.

भुणभुण करणाऱ्या जमीलाबरोबर तो धडाधड जिना उतरला. तिला उशीर झालेला खपत नसे; पण बसस्टॉपवर पोहोचल्यावर त्याच्या लक्षात आले, की जमीलाने टेन्शन घ्यायचे काहीच कारण नव्हते. तिथे बरीच माणसे खोळंबली होती. बसचा पत्ताच नव्हता. हे नेहमीचेच होते. कधीकधी तर काहीही कारण नसताना त्यांची बस उगवायचीच नाही आणि मग त्यांना पुढच्या बससाठी अर्धा अर्धा तास ताटकळावे लागायचे.

बसस्टॉपच्या दुतर्फा असलेल्या काळपट पिवळ्या रंगाच्या इमारतींच्या लांबच लांब ओळीकडे तो पाहू लागला. इतर मुले तर त्यांना गूच्या रंगाच्या इमारती म्हणत. पण अदान अशा घाणेरड्या शब्दांचा वापर टाळण्याचा प्रयत्न करे. आपण जिथे राहतो त्या वस्तीबद्दल थोडातरी आदर ठेवलाच पाहिजे असे त्याला वाटे.

ऑक्टोबरमध्ये अचानक आलेल्या थंड वाऱ्यात ताठ उभे राहून बसची वाट पाहताना, आजूबाजूच्या इतर सगळ्या मुलांप्रमाणे याच रस्त्यावर पुढे असलेल्या तांत्रिकी शाळेत आपल्याला जावे लागत नाही, या विचाराने तो खूश झाला. आपल्या जुन्या प्राथमिक शाळेचे चित्र त्याच्या नजरेसमोर आले. क्षुल्लकशा मतभेदांमुळे सतत हाणामारीवर उतरणारी शाळेतली ती टगी सोमाली मुले आणि त्यांच्या टोळ्या. मोरोक्कन मुले मात्र टोळ्या करूनच राहत असली, तरी रिफ डोंगरदऱ्यांतील काही जुन्या संघटीत खेड्यांमध्ये जशी फूट निर्माण झाली, अगदी तशीच त्यांच्यातही फूट पडत असे. तुर्की मुलं तर आपणच इतरांपेक्षा

श्रेष्ठ आहोत असे मानून आपसात रमत. हे सगळेजण इथे स्लोट्मेअरमध्येच इतरांनी नाकारलेली हलकी कामे करत किंवा मादक पदार्थांच्या व्यवहारात मगजमारी करत आयुष्य घालवणार होते.

अदान अभिमानाने ताठ उभा राहिला. तो, अदान झकाउर, स्लोट्मेअरच्या बाहेर पडणार होता. फ्रेंच राज्यक्रांती, सनावळ्या, पाढे इ.चा आठवडाभर अगदी लक्षपूर्वक अभ्यास करण्याचा त्याने चंग बांधला. जर आपण खरोखर मनापासून लक्ष दिले   तर कदाचित आपल्याला सगळे समजेल देखील असे त्याला वाटले. इतक्या सकाळी कामाला जाणाऱ्या या इतर लोकांबरोबर बसने गावात जाताना, आपले भविष्य खूप उज्ज्वल आहे याची जाणीव झाली. जणू काही सगळे जग आत्ताच आपल्या मुठीत आले आहे असे त्याला वाटले.

ॲम्स्टरडॅमच्या मध्यवर्ती भागात आपल्या सावत्र आईच्या घरात गेस्ट बेडरूममध्ये झोपलेल्या ईव्हाला पातळ गुलाबी पडद्यांमधून आत येणाऱ्या कोवळ्या उन्हामुळे जाग आली. डॅडींनी 'हे आता आपल्या सगळ्यांचे घर आहे, याला आपले घर म्हणायचे,' असे बजावूनही अजूनही हे घर तिला आपल्या सावत्र आईचेच घर वाटायचे. सावत्र आईला तिने 'ममा' म्हणावे अशीही सूचना त्यांनी केली होती त्यावेळी ईव्हाने खाली बघून होकार देत 'प्रयत्न करेन' असे सांगितले असले, तरी आपण असले काहीही कधीही करायचे नाही, ही खूणगाठ तिने मनाशी बांधली होती. ज्युलिआने भले तिच्या डॅडींशी लग्न केले असेल; पण यामुळे ती ईव्हाची ममा बनली नव्हती. हे आठवून ईव्हाला सणक आली आणि त्याच तिरिमिरीत तिने, 'यापुढेही ही माझी ममा कधीही बनू शकणार नाही,' असे ठरवून टाकले.

कॉटवरून उतरण्यापूर्वी ईव्हाने जुनाट स्टॅंडवरील पुस्तकांच्या ढिगाखाली लपवलेला आपल्या ममाचा जुना फोटो बाहेर काढला. फोटोकडे एकटक बघताना नेहमीप्रमाणे तिच्या मनात आले, की ही गेली तेव्हा जरी आपण फक्त तीन वर्षांचे होतो, तरी ही फोटोतली बाई आपल्याला आठवली पाहिजे.

तिची ममा दिसायला खूप सुंदर होती. फोटोत तर ती फारतर अठरा-वीस वर्षांच्या अवखळ मुलीसारखी कॅमेऱ्याकडे बघून हसत

होती. तिच्या एका हातात व्हायोलिन आणि दुसऱ्या हातात व्हायोलिन बो होता आणि तिच्या कुरळ्या लांब केसांभोवती एक सैलसर रिबन गुंफली होती.

ईव्हाचा हात स्वतःच्या डोक्याकडे गेला. तिच्या हाताला गुंतलेले, पिंजारलेले केसांचे टोपले लागले आणि नाश्त्यापूर्वी कंगव्याने हा गुंता सोडवण्यात भरपूर वेळ घालवावा लागणार असल्याचे तिच्या लक्षात आले. ईव्हा व्यवस्थित तयार झाल्याशिवाय तिची सावत्र आई तिला घराबाहेर पडू देत नसे.

"ईव्हा, गबाळेपणा करू नकोस. सभ्य सुसंस्कृत स्त्री ही नेहमीच टिपटॉप राहते कधी शिकणार तू हे?"

शाळा तर अगदीच निराशाजनक होती. ज्युलिआबरोबर ते ॲमस्टरडॅममध्ये रहायला आले तेव्हा ईव्हाचे डॅडी म्हणाले होते की, 'ती आता अतिशय छान शाळेत जाईल. तिथे तिला खूप मित्रमैत्रिणी मिळतील.' अजूनतरी असे काहीही घडले नव्हते. ज्युलिआ, ईव्हाची सावत्र आई, खनपटीलाच बसायची, की तिने खरेदी केलेले छानछोकीचे, आकर्षक कपडेच ईव्हाने घालावेत; पण हे महागडे, कडक इस्त्रीचे, फ्रेंच कपडे शिष्टासारखे वाटायचे. ते इतके घट्ट व्हायचे, की जाडी ईव्हा एखाद्या क्रीम कलरच्या फुललेल्या केकसारखी दिसायची. सगळ्यांत वाईट म्हणजे, ज्युलिआ तिला घोट्यापर्यंत येणारे मॅचिंग फ्रिलवाले मोजे घालायला लावायची, त्यामुळे तर ईव्हा अगदीच बावळट ध्यान दिसायची.

शाळेमधल्या इतर मुली एकदम बारीक होत्या. त्या टाईट जीन्स आणि बॅलेच्या स्लिपर्स घालायच्या. आपले लांबसडक सोनेरी केस त्या छान रिबिनीने बांधायच्या आणि उगीचच आगाऊपणा करणाऱ्या मुलींविषयी कुजबुजत राहायच्या. त्यांच्यापैकी कोणाचेही असे केसांचे पिंजारलेले टोपले नव्हते. कोणाच्याही गळ्यामध्ये असलेल्या सोन्याच्या चेनमध्ये डेव्हिडचा डायमंड स्टार नव्हता किंवा त्यांचे कपडे बॉनपॉईंट मधून आणलेले नव्हते. तिचे हे कपडे अतिशय घट्ट असल्यामुळे मांडी घालून पत्ते खेळायला बसताना अडचणीचे होई.

काळ्या मर्सिडिज गाडीने ईव्हा शाळेत पोहोचली तेव्हा शाळा भरायला खूपच वेळ होता. ही आणखी एक गोष्ट होती. ज्युलिआ पिएटला, तिच्या ड्रायव्हरला बजावायची, की रोज सकाळी त्याने

ईव्हाला शाळेत सोडून मग ज्युलिआला आर्ट गॅलरीत घेऊन जाण्यासाठी परत आले पाहिजे. इतर मुले पायी किंवा सायकलवरून शाळेत येत. क्वचित कोणाची आई आपल्या कामावर जाताना, हसत गप्पा मारत मुलाला शाळेत सोडे. कोणाचेही ड्रायव्हर्स शाळेत येत नव्हते. ईव्हा दबकत दबकत चोरपावलाने शाळेत शिरली.

*

अदान जेव्हा शाळेत पोहोचला तेव्हा शाळेचे मुख्य दार बंद होऊन वीस मिनिटे झाली होती. जमीला पळत पळत पुढे गेली होती; पण त्याला माहिती होते की, काहीही केले, दोघेही धावले तरी हजेरीच्या वेळेपर्यंत ते पोहोचू शकणारच नव्हते. जमीला तेरा वर्षांची होती आणि तिला थोरबेक ग्रामर खूप आवडायचे. अदान हे ओळखून होता. आपल्या बहिणीने आपल्यापेक्षा लवकर, इतक्या सहजपणे बदलत्या वातावरणाशी जुळवून घेतल्याचे पाहून अदानला राग आला होता. हे खरेतर अदानने, एका मर्द बच्च्याने जास्त चांगल्या प्रकारे करायला हवे होते.

अदान धाडकन वर्गात शिरला तेव्हा वर्ग सुरू होऊन बराच वेळ झाला होता. आपली चूक त्याच्या लक्षात आली आणि तो परत व्हरांड्यात गेला. आपल्यामागे त्याने दरवाजा बंद करून घेतला आणि हळूच ठोठावला.

"या अदान साहेब, चालेल आत आलात तरी," मिसेस व्हान डेर हूव्हन थंडपणे म्हणाल्या. "तुमच्यामुळे आधीच वर्गात पुरेसा व्यत्यय आला आहे."

वर्गात खसखस पिकली. ते आपल्याला हसताहेत, का एकूण झाल्या प्रकाराला हसताहेत ते अदानला कळलेच नाही. मिसेस व्हान डेर हूव्हननी त्याच्याकडे पाहून डोळे वटारले. हे मूल म्हणजे एक 'ध्यान' होतं. या मुलांना सुशिक्षित करण्याच्या प्रयत्नांना काहीच अर्थ नव्हता. अशा मुलांना प्रवेश देताना म्युन्सिपालिटीवाल्यांनी काय विचार केला होता कोण जाणे.

"आधी तोंडातलं च्युईंगम थुंकून टाक. आता जा, तुझ्या जागेवर जाऊन बस." मिसेस व्हान डेर हूव्हननी फर्माविले.

*

डबा खायच्या सुट्टीत ईव्हा पुन्हा एकटी पडली. वर्गातला काळा मुलगा टेबलावर तिच्या बाजूला बसला होता. तोही एकटाच होता. त्याने जेवणाचा ट्रे लांब सरकवून खिशातून चुरगाळलेले स्निकर्स काढल्यावर तिने त्याच्याकडे उत्सुकतेने पाहिले. पण मग तिने खांदे उडवले. त्याने काय खावे, काय खाऊ नये याच्याशी तिचा काहीही संबंध नव्हता. पुढे वाकून तिने विचारले "मी तुझं आइस्क्रीम घेऊ?"

*

शाळा सुटल्यावर ईव्हाला तिची सावत्र आई आणि काळ्या गणवेशातला ड्रायव्हर पिएट शाळेच्या गेटपाशी उभे असल्याचे दिसले. ज्युलिआ तिला पाहून वेड्यासारखी हात हलवत खुणावत होती. ज्युलिआच्या हातातले डायमंडचे ब्रेसलेट उन्हात चमकताना पाहून ईव्हाचे तोंड वाकडे झाले. ज्युलिआचे नाटक पाहून आजूबाजूला असलेल्या इतर मुलांच्या आयांचे डोळे विस्फारले.

"कुक्कू, इकडे बेटा," आपले डोके तालात हलवत उन्हात आपले पिंगट केस चमकताहेत याची खात्री करत ज्युलिआ सुरात म्हणाली. आपल्याकडे सगळ्यांचे लक्ष वेधले जावे म्हणून तिने हा आटापिटा केला आहे आणि आता सगळे तिच्याचकडे बघताहेत म्हणल्यावर ती स्वत:वर जाम खूश आहे हे ईव्हाच्या लक्षात आले.

ईव्हा तिच्याजवळ आली. त्या वेळी तिथे जमलेल्या इतर बायकांचे आपापसातील पुटपुटणे तिने ऐकले.

"नाहीतरी ते ज्यू वाटताहेत. साहजिकच ते असेच मिरवणार. ही एवढी जाडी आहे हे वाईट आहे खरं; पण शी, या लोकांचा स्वत:वर कंट्रोलच नाही. किती दिखाऊपणा करायचा."

ईव्हा रडवेली झाली होती.

पिएटने गाडी पार्किंगमधून बाहेर काढली तेव्हा ईव्हाला तिच्या वर्गातला तो काळा मुलगा गेटमधून बाहेर पडून रस्त्याला लागलेला दिसला. तो एकटाच होता आणि आता त्याला असे शाळेबाहेर बघताना त्याच्या चालण्याच्या स्टाईलमुळे तो वर्गातल्यापेक्षा एकदम मोठा, उंच वाटत होता. 'अदान' किती गमतीशीर नाव होते, पण रोज वर्गात हजार वेळा टीचरने या नावाचा उद्धार केल्यामुळे ईव्हाच्या ते लक्षात

राहिले होते. अदान कुठे जात असेल हा विचार तिच्या मनात आला. तिथे जवळपास राहणाऱ्या मुलांसारखा तो वाटत तरी नव्हता.

"ईव्हा बेटा," तिची सावत्र आई तिच्याकडे वळून हळूच म्हणाली, "आपण जरा धमाल करू या का? मला माहिती आहे की तुला माझ्याबरोबर ब्युटी पार्लरमध्ये यायला आवडेल आणि तिथे आपण स्वस्थपणे गप्पादेखील मारू शकू."

*

अदानने व्हिडिओ आर्केडच्या बाहेर तासभर टाईमपास केला आणि मग आपल्या मोठ्या बहिणीला जमीलाला घ्यायला तो परत थोरबेककडे वळला. जमीला तेरा वर्षांची होती तरी तिला एकटीला बसने घरी यायची परवानगी मिळणे शक्यच नव्हते. रस्त्यावरच्या अनोळखी पुरुषांबरोबर तिने स्वतःहून बोलणे आणि याला अदानच्या अब्बांनी संमती देणे ह्या दोन्ही केवळ अशक्य कोटीतल्या गोष्टी होत्या. त्यामुळे बारा वर्षांच्या अदानला आठवड्यातून दोनदा शाळेबाहेर तासभर वेळ काढावा लागे आणि आपल्या आपाला घरी जाताना सोबत करावी लागे. तो या तासाभरात काय करतो, कोठे जातो याविषयी कोणीही त्याला कधीही, काहीही विचारले नव्हते. त्यांना जणू याचे काही सोयरसुतकच नव्हते.

नाहीतरी अदानकडे पैसे कधी नसायचेच. तो फक्त त्या अंधाऱ्या, गोंगाट असणाऱ्या गेम पार्लरच्या बाहेर उभे राहून इतर मुलांचा खेळ बघायचा. जमीलाला घ्यायला तो शाळेत पोहोचला तेव्हा जमीला आधीच त्याची वाट बघत थांबली होती. पुन्हा एकदा त्यांची बस चुकली आणि पुन्हा जमीला वैतागली.

*

शेवटी एकदाचे जेव्हा जमीला आणि अदान घरी पोहोचले, तेव्हा त्यांच्या दाराशी चपलांचा खच पडला होता. पाहुणे? हा काही रमजानचा महिना नव्हता. रमजानच्या महिन्यात लोक सहकुटुंब एकमेकांना भेटत. मग आता कोण आलं असेल? मोठमोठ्या आवाजातील गप्पा आणि ओढूनताणून केलेले हास्यविनोद यांनी घर भरून गेले होते. मोरोक्कोच्या

रिफ डोंगरातील आपल्या गावच्या, अब्बांच्या दोन दोस्तांना अदानने हॉलमध्ये शिरता शिरताच ओळखले. क्वाकरस्ट्राट येथील मशिदीत तो त्यांना भेटला होता.

"आहा, माझा सगळ्यांत छोटा बेटा ग्रामर स्कूलमधून परत आलाय." आनंदाने हेल काढत अदानचे अब्बा डच भाषेत म्हणाले. ते परत अरबीत बोलू लागले आणि त्यांनी घुश्शातच अदानला सांगितले, "अदान, तुझ्या भावंडांना सलाम कर."

अदानने पाळीपाळीने प्रत्येक मुलाचे आणि मोठ्या माणसांचे हात हातात घेऊन, त्यांच्या बोटांचे चुंबन घेऊन त्यांना सलाम केला. ताबडतोब पुन्हा थट्टामस्करी सुरू झाली. अदानने बसण्यासाठी जागा आहे का ते पाहिले. सगळ्या गाद्यांवर कोण ना कोण बसले होते. त्याचे भाऊ इतर मुलांबरोबर दरवाज्याजवळ गर्दी करून चिकटून चिकटून बसले होते. त्यामुळे तोही जमिनीवरच जागा पटकवण्यासाठी त्यांच्या गटात कसातरी घुसला. अदान सगळ्यांत लहान असल्यामुळे त्याला जागेसाठी जरा जास्तच झटावे लागले.

सगळे पुरुष रितीप्रमाणे पुदिन्याचा चहा पीत होते आणि केक खात होते. उघड्या दरवाज्यातून अदानची अम्मी आणि मोठी बहीण रोखिया ह्या दोघींनी आणखी दोन ट्रे पुढे केले आणि त्या झटकन परत रसोईमध्ये गेल्या. आतसुद्धा बायकांची गर्दी झाल्याचे उघड होते. अदानला आतून एका आजीबाईचा टिपेचा स्वर आणि पाठोपाठ लहान मुलींचे हसणे ऐकू आले. या बायकांना खाना बनविण्यात आणि बिनधास्त गप्पा मारण्यात मजा येत होती यात काही शंकाच नव्हती.

कौटुंबिक मतभेद, गावाकडच्या बातम्या, सध्याच्या, अल्लाला न मानणाऱ्या शहरात जुन्या परंपरांचे जतन कसे करावे आणि हल्लीच्या तरुण पिढीचे पुढे काय होणार ही चिंता, इत्यादी ठरावीक विषयांवर पुरुषांचे बोलणे चालू होते. अदान गप्प होता. मधे काहीही बोलायची त्याची टाप नव्हती. कोणीतरी त्याला चहा दिला. चहा खूप गोड होता. कंटाळून आपल्या मोज्याच्या फाटक्या भोकाशी त्याने चाळा सुरू केला. तेवढ्यात त्याचे अब्बा पुढे वाकले आणि त्यांनी बोलता बोलता त्याचा कान पिरगाळला.

''गाढवा, हे जे करतोयस ते लगेच थांबव.'' ते फिसकारले.

पण आणखी पंधरा मिनिटांत अदानचा पेशन्स संपला आणि तो अस्वस्थ झाला. सगळे पुरुष गंभीरपणे खानदानची इज्जत आणि कुटुंबाच्या इतर कोणत्यातरी व्यावसायिक गोष्टींवर औपचारिकपणे उलटसुलट चर्चा करत होते. अदानच्या मोठ्या भावाने, तारीकने अदानला कोपराने ढोसले. त्याने त्याला ढकलले आणि पुढे चिमटे, फटके आणि गुद्द्यांना सुरुवात झाली.

अब्बांनी खूप वेळ पाहिलं मग एकदम करारी स्वरात ते गरजले, ''चल जा, रसोईमधे चालता हो. तुझी जागा बायकांशेजारीच आहे. मर्द बनायला कधी शिकणार?''

खाली मान घालून अदान आत निघून गेला. आपल्या भावांसमोर आणि सगळ्या पाहुण्यांसमोर अपमान झाल्याने त्याला खूप लाज वाटत होती, पण त्याचबरोबर तेथून सुटका झाल्याचा आनंदही होता. रसोईमधे बायका होत्या, त्यामुळे त्याने तिकडे जाणे टाळले. अदान बारा वर्षांचा होता. खरेतर मनात येईल तेव्हा बायकांच्या खोलीत जाता येईल एवढा तो लहान होता; पण त्यामुळे सर्वांनाच अवघडल्यासारखे वाटले असते; कारण तसा तो अर्धवट वयाचा होता. तो बायकांच्या खोलीत गेला तर सगळ्या मोठ्या बायका कलकलाट करून त्याचे गालगुच्चे घ्यायच्या आणि मग तिथे जमलेल्या मुली त्याला हसायच्या.

त्याच्या घराला फक्त चार खोल्या होत्या. स्वस्थपणे बसायला फारशी जागाच नव्हती. अदान आपल्या अंथरुणावर पडला. त्याची नजर आपल्या मोठ्या भावांच्या अंथरुणांकडे गेली. तारीक आणि त्याच्याहून मोठे येस्सीन व ओमर हे जुळे भाऊ. तारीक तिथे आजूबाजूला नव्हता हे सुदैवच. आपण दादा आहोत, आपल्याला जास्त शक्ती आहे हे दाखवण्यासाठी तो सतत अदानच्या खोड्या काढायचा. तो मस्ती करून अदानला जमिनीवर लोळवायचा आणि मग आपल्या गुडघ्यांनी त्याचे हात दाबून ठेवायचा. खूप दुखायचे, पण अदान मोकळेपणाने रडूही शकत नसे. त्याने तोंडातून ब्र जरी काढला तरी तारीक त्याला बडडायचा. अर्थात तो अनेकदा अदानला खरपूस मार द्यायचा. त्याला मारण्यासाठी तारीकला कोणतेही निमित्त चालायचे.

तारीक पंधरा वर्षांचा होता. त्याने आधीच शाळेला रामराम ठोकला होता. त्यांच्या काकांच्या गॅरेजमध्ये तो थोडा वेळ काम करत होता. स्लोट्मेअरमधे राहणाऱ्या मोरोक्कन मुलाच्या दृष्टीने हा जॉब सगळ्यांत सोपा होता आणि आपण खरेच खूप छान काम करतो असा तारीकचा समज होता. अदानला माहिती होते की तारीक आणि त्याची गँग खालच्या मजल्यावरच्या वाण्याकडचे पदार्थ चोरायचे. अदानला हे फार भयंकर वाटायचे. येस्सीन आणि ओमर हे जुळे भाऊ अठरा वर्षांचे होते. त्यांनाही तारीकचे वागणे पसंत नव्हते. येस्सीन अकाउंट्सचे शिक्षण घेत होता तर ओमर स्किफॉल एअरपोर्टवर हमाली करे. मुस्लीम ग्रंथालयात चालणाऱ्या कुराणाच्या पारायणाला जायला दोघांनीही सुरुवात केली होती.

जेवण वाढल्याचा आवाज अदानने ऐकला. रसोईमधे बायकांच्या गर्दीत पुरुषांना जेवायला जागाच नव्हती. त्यामुळे अदानच्या अम्मीने बाहेर हॉलमध्ये सतरंजीवर चादर पसरून, अगदी गावाकडे मांडत तशा सगळ्या प्लेट्स मांडल्या. एवढे पदार्थ बनवण्यासाठी ती बहुतेक दिवसभर खपली होती.

मटणाच्या वासाने अदानच्या तोंडाला पाणी सुटले पण त्याने स्वतःला आवरले. अब्बांच्या शिव्या खाण्यापेक्षा भुकेले राहणे त्याला शहाणपणाचे वाटले. शिवाय परत एकदा हॉलमध्ये गेल्यावर तिथून सटकणे अशक्य होते. कदाचित रात्री आपल्याच खोलीत बसून थोडाफार गृहपाठ करण्याचा प्रयत्न त्याला करता आला असता.

*

ब्युटी पार्लरमधून ईव्हा परतली तेव्हा ती खूप दमली होती. तिथे ज्युलिआने बराचसा वेळ आपल्या मित्रमैत्रिणींशी सेलफोनवर गप्पा मारण्यातच घालवला होता आणि उरलेल्या वेळात सलूनवालीशी, ईव्हाचे केस आणि वजन यावर कळकळीने चर्चा केली होती. ब्युटी पार्लरमध्ये शिरल्या शिरल्या ज्युलिआने 'ही माझी सावत्र मुलगी' असे एकदम मोठ्याने जाहीर केले होते आणि त्यामुळे लगेच सगळ्यांच्या माना त्यांच्याकडे वळल्या होत्या. "हिची जबाबदारी माझ्यावरच आहे ना. ईव्हा नीट ताठ बस.''

ईव्हा आपल्या कॉटवर आडवी पडली आणि तिने ते लहान मुलासारखे गुलाबी नेलपॉलिश खरवडायला सुरुवात केली. उद्यापर्यंत ते निघायलाच हवे होते, नाहीतर शाळेतल्या इतर मुलींच्या ते लक्षात आले असते. पाय घासत चालल्याने तिच्या बुटांची अवस्थासुद्धा बिकट झाली होती. हे बघितल्यावर तर ज्युलिआ तिच्यावर भयंकर चिडली असती.

ज्युलिआ अगदी हडकुळी आणि कडक होती. ती सतत कशावरून तरी कावलेली असे. वरच्या सुरातला पण कोमल आवाज हा तिचा कमावलेला आवाज होता. ईव्हाचे डॅडी समोर असताना ईव्हाशी बोलण्यासाठी ती या खास आवाजाचा वापर करे. अर्थातच त्यांचा समज होता, की ती किती चांगली आहे; पण जेव्हा ते घरी नसत तेव्हा ज्युलिआ ईव्हाकडे दुर्लक्ष तरी करे किंवा तिला फटकारत तरी असे. आत्ता ईव्हाला तिचे कोणत्यातरी मित्रमैत्रिणीबरोबरचे फोनवरचे खिदळणे ऐकू येत होते.

"खरंच हे एखाद्या भयानक स्वप्नासारखं आहे. डार्लिंग, मी इतका मनापासून प्रयत्न करते ना आणि तिच्यासाठी पैसे खर्च करतानाही मी जरासुद्धा मागेपुढे पाहत नाही; पण ही मुलगी अगदी बथ्थड आहे. सगळा घोळ आहे नुसता."

ईव्हाने आजूबाजूच्या आपल्या गेम्सकडे पाहिले. ज्युलिआने खेळण्यांच्या एका मोठ्या दुकानातून, बॉनडाउनमधून खास तिच्यासाठी एक बाहुलीघर विकत आणले होते. ती लहान असताना अशी गोष्ट तिला खरेच खूप आवडली असती; पण आजकाल तिला खेळावेसेच वाटत नसे. एकटीनेच खेळण्यात काही मजाही नव्हती. ती खोलीच्या बाहेर आली आणि कारपेट अंथरलेल्या जिन्यावरून बाजूच्या खोलीत आली. ज्युलिआच्या भाषेत ही त्यांची 'लायब्ररी' होती.

तिचे डॅडी तिथे नव्हते. तरीही ईव्हा आत गेली. ओळीने रचलेल्या पुस्तकांनी भरलेली ती एक छोटीशी खोली होती. तिथून अंगणातली बाग दिसे. ज्युलिआने तेथे एक चामड्याचे टेबल ठेवले होते आणि ईव्हाच्या डॅडींची कागदपत्रे ठेवण्यासाठी ती जागा करत होती. त्या घरात इतर कोठेही ईव्हाला अवघडल्यासारखे व्हायचे, कशावर तरी आपटायची, काहीतरी पडायची भीती वाटायची; पण या खोलीतले वातावरण वेगळे होते.

डॅडींच्या खुर्चीत बसून त्यांच्या टेबलावरील ऑफिसच्या गोष्टींशी ती चाळा करू लागली. तिने टिपकागदाचे पॅड टेबलाच्या कडेला समांतर केले. त्यावर तिच्या डॅडींनी फाउंटन पेनने लिहीले होते. त्यांचं पेन स्टॅंड, त्यांचे पत्र ठेवायचे लाकडी रॅक त्यांचा पाकीट उघडण्याचा चाकू आणि शाईची दौत या सगळ्या गोष्टी तिने आता व्यवस्थित आपापल्या जागेवर ठेवल्या होत्या.

नाश्त्याच्या टेबलावर एकदा तिच्या डॅडींनी गमतीने विचारले होते, "काय मग, आज माझ्या टेबलावरच्या सगळ्या गोष्टी जागेवर गेल्या का नाही?" ईव्हाची सावत्र आई वैतागली होती. "तिला यासाठी प्रोत्साहन तरी देऊ नकोस. खरं म्हणजे तिने तुझ्या खोलीत खेळता कामा नये." यावर ती किंवा तिचे डॅडी काहीच बोलले नव्हते.

ईव्हाने एकेक करत सगळे ड्रॉवर्स तपासले. नेहमीप्रमाणे फक्त रिकामी पाकिटे आणि कोरे कागद होते. काही नाटक-सिनेमाची तिकिटे होती. घर बदलताना हमालांनी आणलेली काही कागदांची खोकी अजूनही तशीच टेबलाच्या बाजूला पडली होती. डॅडींच्या खाजगी कागदपत्रांना आपण हात लावू नये हे तिला कळत होते; पण आपल्या खोलीत जाऊन गृहपाठाला बसण्याची तिची अजिबात इच्छा नव्हती.

ईव्हा खाली बसली आणि तिने 'ल्युनटरेन' असे नाव लिहिलेले खोके उघडले. ईव्हा लहान होती तेव्हा ती आणि तिचे डॅडी ल्युनटरेनला राहायचे. त्यानंतर अनेक वर्षे ती डॅडींबरोबर संपूर्ण युरोपभर छोट्या छोट्या गावांत फिरली होती. जिथे तिच्या डॅडींना स्थानिक ऑर्केस्ट्रात काम मिळाले, तर ते त्या गावात काम असेपर्यंत थांबायचे. नंतर ते हॉलंडला परत आले होते. पहिल्यांदा मास्टस्ट्रीट आणि आता ऑमस्टरडॅम. आता मात्र ईव्हाला असे सतत भटकायचा अगदी कंटाळा आला होता.

तिने सहजपणे, फारसे लक्ष न देता 'ल्युनटरेन' खोक्यातील कागदांवर नजर फिरवली. ऑफिसची पत्रे, काही बिले, एका घराच्या विक्रीसंबंधीचे काही कागद आणि शांत रस्त्यावर उन्हात न्हाऊन निघलेल्या एका पांढऱ्याशुभ्र पांढऱ्या घराचा फोटो. त्या घराला हिरव्या रंगाच्या तुळया होत्या. ईव्हाने डोळे बारीक करून तो फोटो पाहिला. ते घर एवढे

ओळखीचे का वाटत होते? त्याच घराचा बागेतून काढलेला आणखी एक फोटो तिला दिसला. बागेत एक शेड होती आणि तिथल्या खिडक्यांना चक्क पडदे होते. लहान मुलाच्या खेळण्यातल्या घरासारखी दिसावी म्हणून ह्या शेडला हिरवा रंग दिला होता.

ईव्हाला अचानक त्या शेडची ओळख पटली आणि तिला धक्काच बसला. ती शेड तिला आठवत होती. 'ईव्हा हाऊस', त्या रिकाम्या खोलीत तिच्या तोंडचे शब्द घुमले. ईव्हाने कागदांचे एक बंडल जमिनीवर टाकले आणि ती प्रत्येक कागद नीट वरखाली करून नीट पाहू लागली; पण त्यात आणखी फोटो नव्हते. तिने अस्वस्थपणे वर पाहिले आणि कागदांचा एक गठ्ठा आपल्या खोलीत घेऊन जायचे ठरवले. जर तिने खोका व्यवस्थित बंद करून ठेवला असता, तर तिच्या डॅडींना कागद तिथून हलवले गेले आहेत हे लक्षातही आले नसते.

*

पुढचा दिवस मंगळवार होता. पहिला तास होता गणिताचा. गणोबा हा विषय म्हणजे ईव्हाच्या दृष्टीने शत्रूपक्ष होता. बीजगणितातले तर तिला ओ का ठो कळत नव्हते. सगळ्यांत वाईट म्हणजे टीचर जोडीजोडीने गणिते सोडवायला लावायची आणि शेवटी जोडीदार नसल्यामुळे ईव्हा एकटीच उरायची.

या वेळी वेगळे घडले. आज टीचरने ईव्हाची अदानबरोबर जोडी लावली.

"ईव्हा, त्याला हे गणित कसं सोडवायचं ते दाखवायचा प्रयत्न कर बघू." मिसेस व्हान डेर हूव्हनने उतावळेपणाने सूचना दिली. "आणि अदान, तिच्याकडे लक्ष दे." त्यांनी पुस्ती जोडली.

अदानने कुतूहलाने तिच्याकडे पाहिले. ती एखाद्या पुस्तकातल्या चित्रासारखी होती. तिचे केस कुरळे होते आणि तिच्या कपड्यांना कोरेपणाचा वास होता. हायवेवरच्या बिलबोर्ड जाहिरातीतल्यासारखे तिचे दात पांढरेशुभ्र होते. तिचे गुटगुटीत गोरे अंग कमालीचे स्वच्छ वाटत होते. एक मात्र नक्की, त्याच्या जुन्या प्राथमिक शाळेतली एकही मुलगी अशी दिसली नव्हती. स्लोट्मेअरमधली डच मुले सुद्धा हिच्यापुढे अस्वच्छच वाटली असती.

ईव्हाने या परदेशी मुलाकडे उत्सुकतेने पाहिले. तो अगदी ढ विद्यार्थी तर होताच, पण त्याला कसे वागायचे याचीही कल्पना नव्हती. तो मधे मधे बोलायचा आणि त्याला धड डचसुद्धा येत नव्हते. शुद्ध डचमध्ये तो एकही वाक्य बोलू शकत नव्हता. इतर मुली म्हणत, की त्यांच्या सेलफोन्सवर त्याचा डोळा होता आणि तो त्यांची पेनंही ढापत असे. हे खरे असेल की काय अशी तिला शंका आली.

तिला जसे एकटे एकटे हरवल्यासारखे वाटायचे तसाच तोही दिसत होता.

ईव्हाने त्याला ढोसले आणि पटकन गणिताच्या पुस्तकाकडे लक्ष देण्याची खूण केली. मिसेस व्हान डेर हूव्हन तिथेच घुटमळत होत्या. त्यांनी पुस्तकात डोकी खुपसली आणि ते हळू आवाजात गणित सोडवू लागले.

*

चार वाजता घंटा झाल्यावर ईव्हाने हळूच शाळेच्या गेटकडे पाहिले. आपली सावत्र आई आलेली नाही हे पाहून तिने हुश्श केले. व्हायोलिनची पेटी काखेत धरून ती संगीताच्या क्लाससाठी गायनशाळेकडे चालू लागली. आज जाताजाता कदाचित तिला केकच्या दुकानापाशी चॉकलेटचा केक घेण्यासाठी थांबता आले असते.

अदानने आपले काम चोख केले. त्याने आपल्या आपाला स्लोट्मेअरला घरी पोहोचवले आणि ॲमस्टरडॅम शहरात कामाला गेलेल्या अम्मीला घरी आणण्यासाठी तो निघाला. दर मंगळवारी आणि गुरुवारी त्याची अम्मी शहरातल्या श्रीमंत लोकांकडे घराच्या साफसफाईचे काम करे आणि तिला तिथून घरी येताना सोबत करण्याचे काम अर्थात अदानकडे आले होते. झकाउर बाईना ॲमस्टरडॅमच्या शहरी भागातील सार्वजनिक वाहतुकीच्या गौडबंगालाची कधी सवयच झाली नव्हती. त्यामुळे घरी येताना, विशेषतः अंधार पडल्यावर, आपण चुकू अशी त्यांना भीती वाटे. स्लोट्मेअर हा यादृष्टीने सुरक्षित भाग नव्हता.

अम्मीला आणण्याचे अदानला विशेष काही वाटत नसे. उलट तो तिथे जरा लवकरच पोहोचत असे. तिने साफ केलेल्या घरात इकडेतिकडे फिरून बघण्याची त्याला सुरेख संधी मिळे. तो ही संधी सोडत नसे.

एकंदरीत राहतात तरी कसे हे लोक? सगळे कसे नीटनेटके. एका क्लिकूसरशी सहज उघडणाऱ्या कपाटांचेही त्याला अप्रूप वाटे. अम्मी साफ करत असलेल्या नवीन घरात गेल्यावर तर त्याचा आपल्या डोळ्यांवर विश्वासच बसेना. घर अगदी हेरेंग्राट कालव्यावर होते. केवढे मोठे घर आणि तिथे फक्त एकच कुटुंब राहत होते!

अदान तिथे पोहोचला तेव्हा अम्मीचे काम बाकी होते. ती बाथरूम स्वच्छ करत होती. त्यामुळे तो घर बघत फिरू लागला. कशालाही हात लावायचा नाही, असे अम्मीने बजावले होते. तेवढे पाळले की मग ती त्याला अडवत नसे.

ईव्हाने कालवे पार केले. कालव्याचे पाणी चमकत होते. त्यांच्या दोन्ही काठांवर क्रीम कलरच्या इमारती होत्या. पण तिने तिकडे ढुंकूनही पाहिले नाही. तीन महिने ॲमस्टरडॅममध्ये राहिल्यावर तिला याची सवय झाली होती. त्यामुळे हे सौंदर्य तिच्या खिजगणतीतही नव्हते. त्या काचेसारख्या स्तब्ध, निर्विकार दृश्याकडे दुर्लक्ष करत तिने आपल्या घराचा दरवाजा उघडला.

''अरे, तू लवकर आलीस?'' दचकून रोझलिन, ईव्हाची आया म्हणाली.

ज्युलिआने ईव्हाला 'सोबत' व्हावी म्हणून रोझलिनला कामावर ठेवले होते. रोझलिनबरोबर न येता ईव्हा एकटी चालत घरी आली हे तिला आवडले नसते.

ईव्हाने आपला कोट रॅकवर फेकला.

''मी उगीचच एवढ्या लांब गेले. क्लास झालाच नाही.'' आपली व्हायोलिनची बंद पेटी तशीच घेऊन ती पाय घासत जिना चढली. आपला फेकलेला कोट उचलून हँगर शोधून जागेवर लावण्याचे काम तिने रोझलिनसाठी तसेच ठेवले.

जिन्यातून वर आल्यावर बाथरूम साफ करणाऱ्या झाडूवालीकडे तिचे लक्ष गेले. मंगळवारी संध्याकाळी ईव्हा संगीताच्या क्लासमधून परत येईपर्यंत झकाउर बाईनी आपले काम संपवून परत जायला पाहिजे होते. तिच्या सावत्र आईने अशीच व्यवस्था केली होती आणि या गोष्टीबद्दल ती विशेष आग्रही होती.

आपल्या खोलीकडे जाताना तिला दिसले, की तिच्या डॅडींची स्टडीरूम उघडी होती. आत कोणीतरी होते. कदाचित आज डॅडी लवकर घरी आले होते? ईव्हाने आपले व्हायोलिन खाली ठेवले आणि ती कोण आहे ते बघायला वर गेली; पण डॅडींच्या ऐवजी तिला तिथे अदान दिसला.

"तू! तू इथे काय करतोयस?" तिने विचारले.

दचकून तो मागे वळला.

"मी माझ्या अम्मीला घ्यायला आलोय."

"ती तुझी अम्मी आहे?" मागे न वळता खालच्या दिशेला बोट दाखवत तिने म्हटले. "तुझ नाव काय म्हणालास? परत सांग."

"अदान झकाउर. पण तू इथे काय करत्येस?"

"हे माझं घर आहे. मी इथे राहते."

अदान दबून गेला. "अरे बापरे!" अवाक होत तो म्हणाला, "तू इथे रहातेस? क्या बात है।"

तेवढ्यात खालून झाडूवालीची हाक आली, "अदानऽऽ अदान," तिच्या स्वरात भीती होती.

ईव्हा बाजूला झाली आणि तिने अदानला जायला जागा दिली. जिन्यात तो आणि त्याची अम्मी थोडा वेळ एकमेकांशी काहीतरी बोलले हे तिने पाहिले. ईव्हाला शब्द ऐकू आले नाहीत; पण ते परदेशी भाषेतले होते आणि सूर घाबरलेला होता. झकाउर बाई वयाने अदानच्या आईऐवजी त्याची आजी जास्त वाटत होत्या. त्यांनी अंगातल्या घट्ट ओव्हरकोटवर शाली लपेटल्या होत्या. रस्त्यातून जातायेता ईव्हाने काही परदेशी बायकांच्या चेहऱ्यावर टॅटू गोंदवलेले पाहिले होते. अगदी त्याच प्रकारचा गडद निळ्या रंगाचा टॅटू अदानच्या आईच्या हनुवटीवर बघून ईव्हाला आश्चर्य वाटले. ज्युलिआने अशा टॅटूवाल्या स्त्रिया पाहिल्या तर ती आपले अंग चोरून घेई, कोट आवरून धरे आणि नाकावर रुमाल पकडून बाजूला होत असे. 'ही अदानची अम्मी होती?'

"बाय," ईव्हाने मोठ्यांदा म्हटले. ती दोघे बाहेर पडून पुढचे दार बंद होईपर्यंत ती त्यांना बघत राहिली.

"अदान," ती स्वतःशीच म्हणाली, "किती विचित्र नाव. कुठून आलं असेल कोण जाणे!"

ती परत वर गेली आणि तिने आपल्या कॉटखालून कागदांचा एक गठ्ठा अतिशय काळजीपूर्वक बाहेर काढला. ल्युनटरेनच्या एका पाणीपुरवठा कंपनीची पाण्याची बिले, डॅडींनी पैसे दिल्याच्या खुणा केलेली हॉस्पिटलची काही बिले आणि घराच्या विक्रीसंबंधीची आणखी काही कागदपत्रे.

*

दुसऱ्या दिवशी मधल्या सुट्टीत पुन्हा ईव्हाने अदानशी गप्पा मारायला सुरुवात केली. नाहीतरी बोलायला तिथे दुसरे कोणी नव्हतेच.

“काल तुझी अम्मी एवढी कशावरून चिडली होती?”

“काही नाही.” अदानने उत्तर दिले.

“पण मी तिला तुला ओरडताना पाहिलं,” ईव्हा पुढे म्हणाली.

“मी तुझ्याशी बोललो ते तिला आवडलं नाही.”

“पण का?”

“तिला भीती वाटतीये की तुझी ममा तिला कामावरून काढून टाकेल.”

“ती माझी ममा नाहीये.” ईव्हा मध्येच म्हणाली.”

“म्हणजे काय?”

“ती माझी सावत्र आई आहे.” ईव्हाने स्पष्ट केले. “आणि मला ती अजिबात आवडत नाही. मला तिचा राग येतो.”

“का?”

“मला नाही माहिती. ती पक्की नाटकी आहे; पण माझ्या डॅडींना वाटतं, की ती खूप छान आहे आणि मीच तिच्यावर जळते. पण तू जेवत का नाहीयेस?”

“हे हलाल नाहीये.” अदानने वर बघितले. ईव्हाच्या चेहऱ्यावरील प्रश्न बघून तो म्हणाला, “मुसलमान ते खाऊ शकत नाहीत.”

“पण कबाबच्या स्टॉलवर नेहमीच घाणेरडा वास येतो आणि माझी सावत्र आई म्हणते, की आपण अशा ठिकाणी खाऊ शकत नाही.” चेहरा ज्युलिआ सारखा करत आणि तिच्या खास आवाजाची नक्कल करत ईव्हा म्हणाली.

“ती एकंदरीत फारच भयंकर दिसतेय; पण तुला सावत्र आई का आहे?”

"माझी ममा वारली."

सर्वसाधारणपणे ईव्हा आपल्या ममाबद्दल कोणाशीही बोलायची नाही; पण आत्ता ती एकदम बांध फुटल्यासारखी अदानला आपल्या ममाबद्दल, डॅडींबद्दल आणि ज्युलिआबद्दल सगळे मनमोकळेपणाने सांगू लागली.

"मी तीन वर्षांची असताना ममा गेली. मला तर ती धड आठवतही नाही; पण कधी कधी मला वाटतं, की मला तिच्याबद्दल थोडंफार तरी आठवू शकेल. काल मला माझ्या डॅडींची काही कागदपत्रं सापडली."

एक मोठी मुलगी अदानजवळ आली आणि ते दोघे घाईघाईने अरबी भाषेत काहीतरी बोलले. तेवढ्यात घंटा झाली आणि वर्गात परत जाणाऱ्या मुलांच्या ओळीत उभे राहण्यासाठी ते तिघेही धावले.

"कोण होती ती?" ओळीत उभे राहता राहता ईव्हाने त्याला विचारले.

"जमीला, माझी बहीण."

"ती कोणत्या वर्गात आहे?"

"दुसरी क,"

"ए तुम्ही दोघं, गप बसा एकदम," मिसेस व्हान डेर हूव्हन खेकसल्या. ईव्हाला पहिल्यांदाच भर वर्गात असे ऐकायला लागले होते. शरमेने तिचा चेहरा पडला. अदान हसला. त्याला याची सवय होती.

*

आजपण शाळा सुटल्यावर आपल्याला घ्यायला कोणी आलेले नाही हे पाहून ईव्हा खूश झाली. आता ती आपली आपण चालत घरी जाऊ शकत होती. कदाचित तिला पुन्हा केकच्या दुकानाशी थांबता आले असते. परवाचा चॉकलेटचा केक तिला खूप आवडला होता. अदान मुद्दाम थबकला आणि मागे पडलेल्या जमीलाने त्याला गाठले हे तिने पाहिले.

"तुम्ही दोघं कुठे जाताय?" ईव्हाने विचारले.

"आम्ही स्लोटोडाईक स्टेशनपर्यंत बसने जातो. तिथून पुढच्या बसने किंवा मेट्रोने यान व्हान गालनस्ट्राट की आलेच स्लोट्मेअर." अदानने स्पष्ट केले.

"स्लॉट्‌मेअर?" ईव्हा चीत्कारली. "सगळे गुंड आपापल्या टोळक्यांबरोबर नाक्यावर टाईमपास करतात तीच वस्ती ना? तुम्ही तिथे राहता?"

तिच्या या शेऱ्याने अदानच्या स्वाभिमानाला धक्काच बसला. "अर्थात आम्ही तिथे राहतो." तो म्हणाला, "खूप छान जागा आहे ती. तू तिकडे कधीच आलेली नससशील. काय, आली होतीस कधी?" त्याने थोडा विचार केला आणि मग तो खोचकपणे म्हणाला, "आमच्याबरोबर आत्ता तिकडे यायला तू घाबरशील, हो की नाही?"

अचानक सुचलेल्या या कल्पनेने तो स्वतःच चकित झाला होता.

ईव्हा रागाने लाल झाली. "बिलकूल नाही. मी आत्ताच येऊन दाखवते."

"होऊनच जाऊ दे." अदान म्हणाला.

हे ऐकून जमीला एकदम हादरली. घाबरूनच तिने एकदा अदानकडे आणि एकदा ईव्हाकडे पाहिले. "ती आपल्याबरोबर घरी नाही येऊ शकत." रडवेल्या स्वरात ती भावाला म्हणाली.

पण अदानने तिच्याकडे लक्षच दिले नाही. "एवढंच नाही, तर मी आधी तुम्हा दोघींना व्हिडिओ आर्केडला घेऊन जाणार आहे."

जमीलाला व्हिडिओ आर्केड अजिबात आवडायचे नाही. तिथे कडेला भिंतीपाशी उभ्या असलेल्या मुलांची नजर नेहमी तिच्या छातीवर खिळून राही. डोक्याला बांधलेला स्कार्फ अंगाभोवती कितीही घट्ट गुंडाळला तरी त्या नजरांमुळे तिला उघडे असल्यासारखे वाटे. "जायलाच पाहिजे का?" तिने सुस्कारा टाकत विचारले.

"होय."

ईव्हाला नवल वाटले. जमीला खरेतर अदानची मोठी बहीण होती. मग अदानने तिचे ऐकायला नको होते का? पण ईव्हालाही अदानचा हा नवा अधिकार मान्य करावासा वाटला. त्यांच्याबरोबर जाण्यात मजाच आली असती, नाहीतरी तिच्या सावत्र आईच्या घरी तिची कोण एवढी वाट बघत बसले होते?

"ठीक आहे." तिने री ओढली. "मी तुम्हा दोघांबरोबर तुमच्या घरी येतेच; पण मला पाचच्या आत घरी पोचलं पाहिजे."

"का बरे?" अदानने विचारले. तो नेहमी विचार करत असे, की

डच माणसे अशी कशी...अगदी घड्याळाच्या काट्यानुसार वागतात. जणू काही सगळे जीवन फक्त घड्याळावरच अवलंबून आहे.

व्हिडिओ आर्केड जरा लांब होतं आणि ईव्हाला भूक लागली होती. ''माझ्याकडे थोडे पैसे आहेत. आपण आइस्क्रीम खाऊ या,'' ती म्हणाली.

ब्लूमेनग्राट कालव्याजवळच्या आइस्क्रीम पार्लरमध्ये ते पोहोचले. कालव्यातून सावकाश जाणारा हंसांचा एक जोडा सावकाश जाताना त्यांना दिसला. अशा प्रकारच्या कॅफेमध्ये जाणे, तिथे बसणे, तिथल्या वेट्रेसकडून काहीतरी खायला मागवणे हे सगळेच या बहीणभावासाठी विशेष होते. बस पकडायला जाताना अदानला या दुकानाच्या समोरून जायची सवय झाली होती; पण तिथे खुर्ची ओढून बसायची आणि सहा युरोचे बनाना स्प्लिट ऑर्डर करण्याची कल्पनाही त्याच्या मनाला शिवली नव्हती. बनाना स्प्लिट खायला इथे आधी सहा युरो होते कोणाकडे?

आइस्क्रीम आले तेव्हा अदानने ते बकाबका खाल्ले. ईव्हाने चवीने चाखतमाखत खाल्ले आणि जमीलाने ईव्हाचे खाणे बघून तिचे अनुकरण केले. शेवटी ईव्हाने चाटूनपुसून आपला चमचा खाली ठेवला.

''आता बहुतेक आपल्याला व्हिडिओ आर्केडमध्ये जाण्यासाठी वेळ नाहीये.'' ती म्हणाली. ''आपण सरळ तुमच्या घरीच जाऊ या.''

जमीलाने टेबलावरची आपली नजर उचलून कृतज्ञतेने तिच्याकडे पाहिले.

''अगदी बरोबर आहे तुझं,'' ती छानपैकी हसत म्हणाली. ''या आइस्क्रीमनंतर मला वाटतं आम्ही तुला आमच्या घरी न्यायलाच हवं. अर्थात तुला खरंच यावसं वाटत असेल तर हं.''

*

पहिल्या बसने ही मुले स्लोटोडाईक स्टेशनला पोहोचली. तिथे ट्रॅम, मेट्रो, बस आणि ह्या गाड्या पकडणाऱ्यांच्या लांबलचक रांगा लागलेल्या होत्या. प्लॅस्टिकची एक मोठ्ठी बॅग घेऊन त्या गर्दीतून जाणाऱ्या एका आफ्रिकन माणसाचा धक्का लागू नये म्हणून अदानने त्याला शिताफीने चुकवले. त्याचबरोबर विक्रेत्यांनी दाटीवाटीने चादरीवर मांडलेल्या

स्वस्तातल्या छत्र्या, गॉगल्स यांवर पाय पडू न देता त्यातूनही त्याने अतिशय सफाईने वाट काढली.

हायवे पार करून ते दक्षिणेला स्लोट्मेअरकडे गेले. ईव्हा मान उंचावून खिडकीबाहेर पहात होती. यापूर्वी ती या भागात कधीच आली नव्हती. तिने बघितले की सगळ्या इमारती एकसारख्याच गडद रंगाच्या आणि लांबच्या लांब होत्या. बायकांचे लांब गाऊन्स आणि प्रत्येक दुकानातून ठासून भरलेल्या भडक रंगाच्या मालाचे ढीग एवढीच काय ती रंगरंगोटी दिसत होती आणि तीही फक्त रस्त्याच्या बाजूच्या फुटपाथवर होती.

ब्रेकचा आवाज करत बस थांबली आणि सगळे उतरले. ईव्हाचा हात पकडून अदानने तिला गर्दीतून बाहेर काढले. फेटे गुंडाळलेल्या तीन आफ्रिकन बायका, आपल्याच मस्तीत डौलदारपणे पाणी कापत जाणाऱ्या गलबतांसारख्या एकत्र जाताना तिला दिसल्या. त्यांची मुलेबाळे आपापसात दंगा करत, आरडाओरडा करत त्यांच्या पाठोपाठ जात होती. वाटेत पुढे एक वाण्याचे दुकान लागले. नाना प्रकारचे सामान दुकानाच्या बाहेर मांडले होते. ताजा खजूर. पिटुकल्या संत्र्यांसारख्या फळांच्या टोपल्या, एका प्लॅस्टिकच्या बादलीत ठेवलेले अर्धवट घट्ट, पिवळसर-पांढरे चीज अशा गोष्टी वरच्या बाजूला आणि खाली तिने कधीही न पाहिलेली तेले, शॅम्पूच्या बाटल्यांची चळत होती.

दुसऱ्या एका दुकानाच्या शोकेसमध्ये एक बाईचा आणि एक लहान मुलीचा असे दोन पुतळे होते. दोन्ही पुतळे डोक्यापासून पायांपर्यंत चमचम करणाऱ्या गडद निळ्या बुरख्यात गुरफटलेले होते. फक्त पुतळ्यांच्या डोळ्यांपाशी तेवढी जाळी होती.

प्रत्येक घराच्या बाहेर टी.व्ही. अँटेनाच्या पांढऱ्या जाळ्यात, वाळत घातलेल्या कपड्यांच्या पताका लटकत होत्या. ते एका गल्लीत वळले आणि ती, अदान आणि त्याच्या बहिणीच्या पाठोपाठ त्यांच्या इमारतीच्या पॅसेजपाशी पोहोचली. अपरिचित मसाल्यांचा आणि अन्न पदार्थांचा वास जिन्यात भरला होता.

हॉलच्या एका बाजूला एक सायकल पडली होती. पुरुषांच्या जुन्यापुराण्या झिजलेल्या चपलाबुटांचा ढीग घराच्या बाहेर साचला होता, तो पाहून ईव्हा हबकली.

"हे चपलाबूट असे बाहेर का ठेवलेत?" तिने विचारले. "तुम्ही ते आत का नाही ठेवत?"

"आमच्याकडे पाहुणे आलेत," जमीलाने स्पष्टीकरण दिले. "हे त्यांचे चपलाबूट आहेत."

ईव्हाला आतल्या माणसांचा बोलण्याचा आवाज ऐकू आला; पण त्यातले एक अक्षरही समजले नाही.

"पाहुणे आलेत तर त्यांनी आपल्या चपला अशा बाहेर का काढल्यात?" तिने आपापले चपलाबूट काढणाऱ्या जमीला आणि अदानला विचारले.

"का म्हणजे? चपलाबूट घाणेरडे असतात. ते घालून आपण रस्त्यावर जातो, टॉयलेटला जातो. त्यामुळे घरात शिरताना आम्ही ते बाहेरच काढतो," पुन्हा जमीलाने माहिती पुरवली.

"पण तुम्ही इतरांसारखे पाय फक्त पुसत का नाही?"

"आम्ही असंच करतो. चल ते तिकडे ठेव."

ईव्हाने अनिच्छेनेच आपले बूट काढले आणि या संधीचा फायदा घेऊन तिने तिला न आवडणारे ते फ्रिलचे मोजेदेखील काढून टाकले. अदानने आश्चर्याने तिच्या उघड्या कोवळ्या गुबगुबीत पावलांकडे पाहिले. तिच्या नखांना शिंपल्यांच्या रंगाचे सुरेख गुलाबी नेलपॉलिश लावले होते. अदान आपल्या पावलांकडे बघत आहे हे लक्षात येऊन तिला अवघडल्यासारखे झाले. त्याने तर चक्क फाटके मोजे घातले होते हेही तिने पाहिले.

*

दरवाज्यातच मुलांना झकाऊर बाई भेटल्या. आपल्या मुलांबरोबर एक नवीन चेहरा बघून क्षणभर त्या गोंधळल्या. तेवढ्यात त्यांनी तिला ओळखले. ही तर मिसेस लिबरमनची मुलगी; पण ती इथे काय करत होती?

"या रबी," त्या घाईघाईने अरबी भाषेत बोलू लागल्या. "तुला काय माझी नोकरी घालवायची आहे? मी यांच्याकडे काम करते. ते मला चांगला पगार देतात आणि तू त्यांच्या मुलीला पळवून आणलंस?" तार सप्तकात त्या जमीलाला ओरडल्या.

"अम्मी काहीतरी वेड्यासारखं बोलू नकोस. ईव्हा आपल्याकडे पाहुणी म्हणून आली आहे." अदान खूप मोठ्यांदा म्हणाला. मुद्दाम आपल्याला कळावे म्हणूनच तो असा डच भाषेत बोलत आहे असे ईव्हाला वाटले. आत डोकावून त्यानं अम्मीला विचारलं, "पण हे सगळेजण आपल्याकडे पुन्हा का आलेत?"

"तुझी मोठी बहीण रोखिया हिच्याविषयी..." झकाउर बाई अर्थपूर्ण सुरात म्हणाल्या. "अतिशय महत्त्वाच्या विषयावर बोलणी चालू आहेत."

अदान चिडला. गोष्टी या थराला आल्या आहेत यावर त्याचा विश्वास बसत नव्हता. पण त्याला माहिती होते, की त्याच्या अम्मी आणि अब्बांच्या दृष्टीने सतरा वर्षांची रोखिया लग्नाच्या वयाची झाली होती. काही महिन्यांपूर्वी तारीकने, रोखियाला एका डच मुलाबरोबर हातात हात घालून फिरताना पाहिल्याचे घरी सांगितले होते आणि त्यानंतर एकच धांदल उडाली होती. अदानने हॉलमध्ये पाहिले.

"या रबी, या रबी," त्याच्या अम्मीचा आरडाओरडा चालूच होता.

"अम्मी ओरडू नकोस, तू ईव्हाला घाबरवशील." जमीला म्हणाली.

झकाउर बाईंना वाटले, की ईव्हाला घाबरवणे हे तिला पळवून आणण्याइतकेच गंभीर समजले जाईल. त्यामुळे त्यांनी आरडाओरडा थांबवला पण पुढे काय करावे ते न सुचून त्या नुसतेच आपले हात चोळू लागल्या.

"ठीक आहे. ती काहीतरी खाईल आणि नंतर मात्र तिला सरळ घरी जाऊ दे." त्या ईव्हाकडे वळल्या. "इकडे ये. त्या पुरुषांनी आपल्याला बघण्यापूर्वी इकडून आत ये."

"पुरुषांनी बघण्यापूर्वी? म्हणजे काय? कोण पुरुष? आणि अदान कुठे गेला?" ईव्हा जमीलाला म्हणाली.

पण आत्ता प्रश्नांना वेळच नव्हता. त्यांनी तिला पटकन स्वयंपाकघरात नेले. तिथे वेगवेगळ्या वयाच्या अनेक बायका बसल्या होत्या. त्या आपापसात कुजबुजत हसत होत्या. ईव्हा आल्यावर त्यांनी आपली भाषा बदलली. तिला अरबी भाषा समजणे साहजिकच अशक्य होते.

"तुझं नाव काय? तू किती वर्षांची आहेस? ए बघ ना तिच्याकडे," तिच्या चेहऱ्यावरून, केसांवरून आपले हात फिरवत त्यांनी विचारले.

"तिच्या अंगाशी नका जाऊ, त्रास देऊ नका तिला." झकाउर बाई

म्हणाल्या. "ही मिसेस लिबरमनची मुलगी. जमीलाची मैत्रीण आहे, तिच्या नव्या ग्रामर स्कूलमधली. जमीला, तांदूळ निवडून झाले का नाही? आणि रोखिया, तू चुलीपासून बाजूला हो. तुझ्या अंगाला लसणीचा वास यायला हवाय का? या अल्ला, बघ रे बाबा, माझी रोखिया किती शहाणी आहे. सगळं ऐकते. रसोईत तर किती मदत करते. नासा, नईमा तुम्हाला आणखी एकेक ग्लास सरबत हवंय का?"

झकाउर बाईंनी रटरटणाऱ्या मटणाच्या कढईचा ताबा घेतल्यावर सगळ्या लहान मुली पांगल्या. जी बाई त्यांची बाथरूम साफ करायची, त्यांच्या धुतलेल्या कपड्यांच्या घड्या घालायची, झाडूपोछा करायची तिला अशा प्रकारे या छोट्याशा आगळ्यावेगळ्या किचनचा कब्जा घेताना पाहून ईव्हा चकित झाली. तिच्याकडे कोणाचेही लक्ष नव्हते. ती किचनबाहेर सटकली अन् हॉलच्या दाराशीच तिला अदान दिसला.

"या मुली कोण आहेत?" तिने विचारले. "त्या या इथे का आल्यायत?"

"तू इथे काय करत्येस?" अदानने हळूच घोगऱ्या स्वरात विचारले. "हे हुदाद आहे. पुरुषांची खोली. रसोईमधे परत जा."

"पुरुषांची खोली? म्हणजे तुला काय म्हणायचंय?"

"ही पुरुषांची खोली आहे. रसोईमधे परत जा." अदानने परत तेच सांगितले.

"हे सगळे लोक इथे काय करताहेत?" त्याच्याकडे दुर्लक्ष करत ईव्हाने त्याच्या मागच्या हॉलमधल्या मुलांकडे बघत विचारले. "तुझ्याकडे पार्टी वगैरे आहे की काय?"

"नाही. पार्टीबिर्टी काही नाही. ते माझे भाऊ आहेत. आता स्वयंपाकघरात परत जा."

अदानला वाटले होते की त्याची बहीण ईव्हाची खातिरदारी करत आहे; पण बहिणीचे तिच्याकडे लक्ष नाही म्हटल्यावर त्याचा पेशन्स संपत आला. जर त्याच्या अब्बांनी ईव्हाला इथे बघितले असते तर फार महागात पडले असते.

"मला माहिती नव्हतं की तुला एवढे भाऊ आहेत." ईव्हाचे बोलणे आपले चालूच होते.

"यात चुलतभाऊ, आत्तेभाऊ आणि भाचे-पुतणेपण आहेत." ईव्हाला खोलीच्या बाहेर काढण्याचा प्रयत्न करता करता अदानने स्पष्टीकरण दिले. "मी त्यांचा काका आहे."

"हे सगळे इथेच राहतात का?"

"नाही आणि कृपा करून आता मात्र रसोईमधे परत जा. तू इथे येणं बरोबर नाही."

अदानच्या मागे हॉलमध्ये वीस माणसे दाटीवाटीने बसली होती आणि त्यांच्या बोलण्यात अनोळखी आवाजातले बेटी रोखिया, बेटी जमीला हे शब्द बऱ्याचदा येत होते. ते अदानने ऐकले.

"पण मला फक्त बघायचं होतं," ईव्हा चीत्कारली. औपचारिक आणि विशेषत: कौटुंबिक मेळाव्यात बुरखा न घातलेल्या स्त्रिया मुसलमान पुरुषांच्या दृष्टीस पडणे, हा भयंकर गुन्हा मानला जाई, याची तिला कल्पनाही नव्हती.

"तिथे मागे काय चाललंय काय? पहिले त्या मुलीला घरातून हाकलून द्या," अदानचे अब्बा ओरडले.

अदानला खरेतर तिथे कसली चर्चा चालू होती ते जाणून घ्यायचे होते, ते न जमल्यामुळे त्याला वाईट वाटले. मागे हॉलकडे वळून बघत अदानने ईव्हाचे खांदे पकडून तिला परत वळवले आणि तो म्हणाला, "आपण इथून सुटलेलं बरं,"

*

"तुझं घर विचित्रच आहे अगदी." दुसऱ्या दिवशी ईव्हा जेवणासाठी रांगेत उभे असताना अदानला म्हणाली, "किती माणसं आहेत तुझ्या घरी."

"तुझंही घर तसंच आहे, विचित्र. नेहमी रिकामंच असतं," दुखावलेल्या अदानने शेरा मारला.

"असं अजिबात नाही. शुक्रवारी संध्याकाळी खूप लोक येतात. त्या दिवशी माझी सावत्र आई पार्टी देते; पण तुझ्या घरात असं वेगळं वेगळं का आहे? सगळ्या बायकांनी किचनमधेच गर्दी का करायची? पुरुषांपासून असं लांब लांब का रहायचं?"

"कारण आम्ही मुसलमान आहोत. आम्ही असंच करतो."

"माझी सावत्र आई म्हणते की मुसलमान लोक चोर असतात आणि

खुनीसुद्धा. ती म्हणते की ते सरकारचे पैसे तर चोरतात पण रस्त्यात कधीही माझी पर्ससुद्धा मारू शकतात.''

''साफ खोटं आहे.'' अदानला बोलायला शब्दच सुचेनात. अल्लातर चांगल्या वागणुकीचेच धडे देतो. अम्मीअब्बांनी सांगितलेले ऐकणे, मोठ्या माणसांना मान देणे, आजारी व्यक्तीला मदत करणे. त्याला येस्सीन आणि ओमरची, आपल्या मोठ्या भावांची आठवण झाली. या मूर्ख मुलीला कसे समजवायचे ते त्यांनाच कळले असते.

''मुसलमान मुहम्मद पैगंबरांची शिकवण पाळतात आणि त्यांनी जे सांगितलंय ते बरोबरच आहे.'' तो म्हणाला. ''तू शनिवारी माझ्याबरोबर मदरसामध्ये चल. तिथे, सच्चा मुसलमान कसा वागतो ते शिकवतात. मग तुला कळेल.''

खरे पाहिले तर अदानला मदरसा अजिबात आवडत नसे. केवळ त्याचे अब्बा जायला लावायचे, म्हणून तो तिथे जात होता. तो राहत होता तेथून थोडे पुढे गेल्यावर स्लोट्मेअर प्राथमिक शाळेच्या व्यायामशाळेत ही शाळा भरे. आठ ते चौदा वर्षांची जवळजवळ चाळीसएक मुले मांडी घालून खाली जमिनीवर बसत आणि इमामच्या शिकवण्याकडे लक्ष द्यायचा प्रयत्न करत. मुलांना कुराण वाचता येण्यासाठी आधी जरुरीपुरती अरबी भाषा यायला पाहिजे म्हणून इमाम जास्त करून तेच आधी शिकवत असत किंवा काही मुलांना फक्त शब्दांचे उच्चार शिकवत. मग त्या मुलांना ते पाठ करावे लागत.

''ठीक आहे,'' ईव्हा स्मार्टपणे म्हणली ते त्याने ऐकले. ''या शनिवारी सकाळी मी तुझ्याबरोबर या तुमच्या मदरसामध्ये येईन. किती वाजता येऊ मी तुझ्या घरी?''

*

शेवटी शनिवार उजाडला. सकाळी ईव्हा अदानच्या घरी पोहोचली. ती घामाघूम झाली होती. गोंधळूनही गेली होती. तिने कडक इस्त्रीचा डेनिमचा स्कर्ट घातला होता. निळ्या जीन्सऐवजी ज्युलिआ तिला फारतर स्कर्ट घालू द्यायची. कसे जायचे ते ठरवण्यासाठी तिने खूप विचार केला होता तरीही. एकदा स्लोटोडाईक स्टेशनवर चुकीच्या

बसमध्ये चढता चढता ती थोडक्यात वाचली होती.

जमीलाने जेव्हा दार उघडले तेव्हा समोर ईव्हाला बघून ती जाम घाबरली.

"ईव्हा, तू आत्ता इथे कशी काय? अदान, आपली मदरसाला जायची वेळ झालीये आणि आत्ता पुन्हा तुझी मैत्रीण आलीये बघ."

ती आली आहे हे झकाउर बाईंच्या लक्षात येण्यापूर्वी त्या दोघांनी घाईघाईने ईव्हाला बेडरूममध्ये नेले. अदान मनातल्या मनात चरफडला. त्याला वाटले होते, की ईव्हा आपल्या घरचा रस्ता तरी चुकेल किंवा तिचा विचार तरी बदलेल.

"मीच तिला मदरसा मध्ये यायला सांगितलं," तो चाचरत म्हणाला. "मला वाटलं की खरा मुसलमान कसा असतो, त्याबद्दल ती तिथे जास्त शिकेल."

जमीलाने आश्चर्याने आणि अभिमानाने आपल्या भावाकडे पाहिले. आपल्या नास्तिक मित्रमैत्रिणींना त्यांनी इस्लामचा खरा मार्ग दाखवावा, असेच इमामने त्यांना सांगितले होते. "तुला खात्री आहे का की तिला मदरसामध्ये येऊ देतील?" तिने आपल्या भावाला विचारले.

"नक्की," अदान अस्वस्थपणे म्हणाला. आता जमीलाने असे स्पष्ट विचारल्यावर त्यालाही शंका यायला लागली होती. नास्तिकांना मशिदीत प्रवेश नसतो हे त्याला माहीत होते; पण मदरसा या जवळच्या व्यायामशाळेत तर भरायची. कदाचित तिथे वेगळे नियम असतील!

"जमीला, तिला फक्त तुझा स्कार्फ दे. मग तिला कोणी ओळखणार नाही आणि ईव्हा, अगदी गप्प राहा. इमामकडे छडी आहे हे लक्षात ठेव आणि ते ती वापरतात. जर तू काही गोंधळ केलास, तर अब्बा आपल्याला ठारच मारतील."

"पहिल्यांदा इकडे ये आणि स्वच्छ हो." ईव्हाला बाथरूमकडे नेत जमीला म्हणाली. एक बरे होते की तिचे अम्मीअब्बा रसोईमधे बोलत होते. घरातल्या वातावरणात एक खूप विचित्र तणाव होता; पण त्यामुळे ईव्हा त्यांच्या दृष्टीला पडण्याची शक्यता तरी नव्हती. "कुराणाला हात लावण्यापूर्वी तुला हातपाय धुवायलाच पाहिजेत."

ही स्वच्छता हे एक दिव्यच होते. तो साधासुधा प्रकार नव्हता. बोटे तीनदा, तोंड तीनदा, नाक तीनदा, संपूर्ण हात तीनदा, केस आणि कान

एकदा आणि मग पाय तीनदा. ईव्हाने तिथे जाम गोंधळ घातला. सगळी तिची स्वच्छता होईपर्यंत ती पूर्ण भिजली. तिच्या कपड्यातून पाणी ठिबकू लागले. तिचे बूट भिजले. दोनदा तिचा पायच घसरला आणि नाक साफ करता करता तर तिला शिंका यायला लागल्या. खूप जोरात चोळल्यामुळे तिच्या डोळ्यांतून पाणी यायला लागले होते.

नंतर जमीलाने डोक्याला बांधायचा एक स्कार्फ काढला कुरळ्या बटा बाहेर दिसणार नाहीत अशा प्रकारे ईव्हाच्या डोक्याला गुंडाळून तिच्या हनुवटीखाली घट्ट गाठ मारून तो बांधून टाकला. आरशात बघताना ईव्हा स्वतःच दचकली. फक्त एक हिरवे कापड डोक्याभोवती बांधल्यामुळे खरेतर एवढा फरक पडायला नको होता पण आपण आता अरब मुलीसारख्या दिसतोय असे तिला वाटले. आपापसात काहीही न बोलता शांतपणे ते मदरसाला गेले. त्या आवळून बांधलेल्या स्कार्फमुळे आणि एकंदर परिस्थितीमुळे ईव्हा थोडी घाबरली होती, तरी मोठ्या उत्सुकतेने ती रस्त्यावरच्या स्टॉल्सकडे बघत होती. तिथून येणारे वेगवेगळे वास आणि तुर्की दुकानदारांचा आरडाओरडा हे सगळे तिच्यासाठी अगदी नवीन होते.

अदानला मात्र, आपण कसलाही मागचा पुढचा विचार न करता तिला इकडे यायला सांगितले या गोष्टीचा आता पश्चात्ताप होत होता. कुठेतरी काहीतरी भयानक चूक होण्याची दाट शक्यता होती. ही मुलगी मुसलमान नव्हती आणि म्हणून कदाचित तिला मदरसामध्ये यायची परवानगीदेखील नव्हती. असले धाडस करण्यापूर्वी त्याने थोडातरी विचार केला होता का? त्याने आपला घसा खाकरला.

"ईव्हा तू नीट वागशील ना? तुझ्याकडे कोणाचेही लक्ष जाणार नाही हे बघ."

ईव्हाने फक्त मान हलवली.

व्यायामशाळेबाहेर मुलांच्या चपलांचा ढीग जमला होता. ईव्हानेही आपले आपण बूट काढून त्या दिशेने भिरकावले. तिला आता हे सगळे माहिती झाले होते. जमीलाने तिला जुझम्मा शोधून दिले. अगदी छोटे, सहज पाठ हाऊ शकतील असे धडे. हा कुराणामधील एक छोटासा भाग होता. तिने ईव्हाला सांगितले. "मी करते तसं कर." एक पुस्तक उचलून त्यावर ओठ टेकवण्यापूर्वी मोथा टेकवत ती ईव्हाला म्हणाली.

मुलांना दोन गटात बसवले होते. एका बाजूला मुलगे तर दुसरीकडे मुली. इमाम बुटके आणि स्थूल होते. त्यांची दाढी पांढरीशुभ्र होती; पण त्यांच्या भुवया मात्र दाट काळ्या होत्या. त्यांनी मोरोक्कन पद्धतीचा लांब पांढरा कोट, गडद हिरवे जाकीट आणि पांढरी टोपी घातली होती. मुले आपापल्या जागेवर बसत असतानाच त्यांनी जरबेने सगळ्यांवरून नजर फिरवली.

ईव्हाला, जमीलाने तिच्या मानेभोवती आवळलेल्या त्या स्कार्फमुळे फास बसल्यासारखे वाटत होते. मुलींच्या एका ओळीत अगदी शेवटी ती मांडी घालून बसली खरी, पण तिच्या पोटात गोळा आला होता. अदान तिच्या एकदम समोर, छोट्या मुलांच्या दुसऱ्या ओळीत बसला होता. मुलांच्या ओळींमधून फिरता फिरता इमामनी कुराणातल्या अयातची एकएक ओळ म्हणायला सुरुवात केली. सगळे विद्यार्थी त्यांच्यामागून त्या ओळी परत मोठ्या आवाजात म्हणत होते.

"बिसमिल्ला रहमानी रहीम," मुलांना म्हणायला वेळ देण्यापुरते थांबत ते सुरात म्हणू लागले.

ते मुलींच्या ओळींकडून मुलांच्या ओळींकडे वळत होते आणि प्रत्येकजण लक्षपूर्वक मोठ्यांदा म्हणत आहे की नाही हे तपासून बघत होते.

"इथा शमसू कुविरात," त्यांचे पुढे चालूच होते.

सगळा वर्ग एकसाथ म्हणाला

"वा इथल नुजूमू कदारात,"

अवघडलेल्या ईव्हाने आपल्या स्कार्फची गाठ सैल करायचा प्रयत्न केला. ती एक घोडचूक होती. ताबडतोब स्कार्फ घसरायला लागला आणि तिचे लांब काळे केस बाहेर डोकावू लागले; पण गाठ पूर्णपणे न सोडवता तो स्कार्फ पुन्हा घट्ट बांधणे शक्यच नव्हते.

अदान आणि जमीलाने तिला, आपल्याकडे कोणाचे लक्ष जाईल असे काही करू नकोस, असे बजावले होते. आता इमामना बघितल्यावर तिला याचे कारणही कळले होते. ते फारच भयानक आणि क्रूर दिसत होते.

स्कार्फ घसरू नये, म्हणून तिने त्याची दोन्ही टोके हाताने पकडून ठेवली; पण ते अयात संपतच नव्हते त्यामुळे तिला आणखीनच अवघडल्यासारखे व्हायला लागले होते. ती इतरांसारखीच मांडी घालून बसली होती. तेवढ्यात तिच्या शेजारच्या मुलीने तिला कोपराने ढोसले

आणि तिच्याकडे रागाने पाहिले. तिची चड्डी दिसत होती. स्वाभविकपणे ती पटकन पाय सरळ करायला गेली, पण ते करता करता तिचा तोल गेला आणि चुकून तिचा पाय पुढच्या ओळीतल्या मुलीच्या पाठीला लागला. हे सगळे निव्वळ अनवधानाने घडले होते; पण ती मुलगी जोरात किंचाळली आणि वर्गातल्या सगळ्यांच्या नजरा त्यांच्या दिशेला वळल्या.

अयात अर्ध्यावरच सोडून इमाम गडबड झाली होती तिकडे आले. सगळ्या मुली एकदम ताठ बसल्या आणि त्यांनी शेवटची अयात शक्य तेवढ्या मोठ्या आवाजात म्हटली. घाबरून स्तब्ध झालेल्या ईव्हाने पुढे ताठ बसलेल्या मुलींच्या मागे आपले अंग चोरून घेतले. तिला वाटले संपले सगळे. ती आता इमामच्या नजरेला पडणार, मग सगळे तिच्यावर तुटून पडणार आणि तिला तर पळायलाही जागा नव्हती. मुसलमान आणि अरबी लोकांबद्दल तिने आत्तापर्यंत ज्या गोष्टी ऐकल्या होत्या त्या कदाचित खऱ्याच होत्या. तिने डोके आपल्या मांडीत खुपसले आणि ती छडीच्या पहिल्या वाराची वाट पाहू लागली.

छडीचा पहिला फटका बसताक्षणी तिच्या खांद्यातून कळ आली. या अन्यायाने ती अनपेक्षित रागाने पेटून उठली. तिने इमामच्या हातातील छडी पकडली आणि त्यांच्याकडून हिसकावून घेतली. हे असे काही घडेल असे त्यांच्या स्वप्नातही आले नव्हते.

झाल्या प्रकाराने अवाक झालेल्या वर्गातली शांतता मुलांच्या बाजूच्या एका आवाजाने भंगली. इमाम गर्रकन वळले. अदान उभा राहून खिडकीकडे बोट दाखवत होता.

"बघा," तो म्हणाला, "त्या तिकडे आग लागलीये."

सगळे अदानच्या दिशेने धावले.

"त्या तिथे आहे. मी धूर पाहिला." त्याने परत सांगितले.

स्लोट्मेअर प्राथमिक शाळेच्या दुसऱ्या बाजूला औद्योगिक वसाहत होती; पण त्यामागच्या निरभ्र आकाशात धुराचे एकही वलय दिसत नव्हते. तिथे आगबीग काहीही नक्कीच नव्हते. भडकलेल्या इमामनी डोळे वटारून अदानकडे पाहिले आणि त्याचा हात धरून त्याला गदागदा हलवले. अदान वेदनेपेक्षा भीतीने ओरडला; चुकून आग लागली आहे असे वाटले, हे त्याने सांगितले. त्याने इमामच्या हातून सुटण्याचाही प्रयत्न केला. सगळा वर्ग फिदीफिदी हसत होता.

व्यायामशाळेत एकच गोंधळ माजला. तेवढ्यात इमामच्या ट्रॅंझिस्टरवरून प्रार्थना सुरू करण्याची सूचना मिळाली. मध्यान्ह झाली होती. इतर विद्यार्थ्यांबरोबर जमिला आणि ईव्हा बाहेर पळाले; पण आपली पकड सोडण्यापूर्वी इमामने अदानला पुन्हा एकदा जोरात हलवले.

"पुढच्या आठवड्यात तुझ्या अब्बाजानना घेऊन आलास तर बरं," ते गुरकावले. "आता अगदी अति झालंय. तुला आणि तुझ्या बहिणीला चांगली वेसण घातली पाहिजे."

*

अदानने ईव्हाला चुपचाप बसस्टॉपवर सोडले.

"खरंतर मदरसा मध्ये सच्चा मुसलमान कसं बनायचं त्याबद्दल फारसं नाही शिकता येत," तो पुटपुटला. "मला म्हणायचंय की खरंच असं काही नसतं."

"मी दोनदा तुझ्याकडे आले, पण जे बघितलं ते सगळं खूपच विचित्र आहे." ईव्हाने अस्वस्थपणे आपले मत जाहीर केले.

"तुला जर मला परत भेटायचं असेल तर तुला माझ्या घरी यावं लागेल. अर्थात तुझ्यात तेवढी धमक असेल तर! मी तुला चॅलेंज देते. शुक्रवारी शाळा सुटल्यावर माझ्याबरोबर यायचं."

"ठीक आहे," अदान म्हणाला. एका मुलीने चॅलेंज केल्यावर तो माघार घेऊ शकत नव्हता. ती धाडसी होती यात शंकाच नव्हती. अशा प्रकारे इमामची छडी पकडणे हे खायचे काम नव्हते. यासाठी त्याला तिला मानावेच लागले. तो स्वत: कधीही असे काही करू शकला नसता. "शुक्रवारी मी येईन," तो म्हणाला.

*

ईव्हा जेव्हा मदरसामधून परतली तेव्हा जेवायची वेळ टळून गेली होती. ज्युलिआचा पारा चढला होता. आपण मैत्रिणीकडे जात आहोत, एवढेच तिने सांगितले होते. यायला एवढा उशीर होईल असे ती बोलली नव्हती. ईव्हाला आठवडाभर घरातच बसण्याची शिक्षा झाली. यामुळे तिला काहीच फरक पडला नाही. नाहीतरी शाळा एके शाळा,

याव्यतिरिक्त ती कोठे जाणार होती!

संपूर्ण आठवडाभर ज्युलिआच्या समोर जायचे टाळत, ईव्हा जास्तीत जास्त वेळ आपल्याच खोलीत उदासपणे बसून राहिली आणि व्हायोलिनची प्रॅक्टिस करत राहिली. आपल्याला ही प्रॅक्टिस करायला लागू नये, असेच तिला मनापासून वाटत होते. तिच्या टीचरने तर, तिने क्लासला येणे बंद करावे अशी विनंती केली होती आणि डॅडींना तिने जर कधी डॅडींना वाजवून दाखवलेच, तर ते कसानुसा चेहरा करायचे. एवढे असूनही ती व्हायोलिन शिकायचा प्रयत्न करत होती, कारण व्हायोलिनमुळे फोटोतल्या कॅमेऱ्याकडे बघून हसणाऱ्या ममाबद्दल आपल्याला काहीतरी आठवू शकेल, असे तिला वाटायचे.

ईव्हाने व्हायोलिन खाली ठेवून फोटो लपवलेल्या पुस्तकांच्या ढिगाकडे पाहिले. कदाचित तिने डॅडींच्या स्टडीतून आणखी काही कागद आणायला हवे होते. एकेक करत तिने बऱ्याच फाईल्स आपल्या खोलीत आणल्या होत्या. वाचल्या होत्या. त्या फाईल्स वाचताना एखादी पूर्वी ऐकलेली आणि आता विसरलेली गोष्ट हलके हलके नजरेसमोर पुन्हा उलगडत जावी असे, तिला झाले होते. त्या गोष्टीत एक पांढरे शुभ्र घर होते. ते ल्युनटरेनमधेच असायला हवे होते. त्याच्या लाकडी तुळ्यांना हिरवा रंग दिला होता. पुढे एक बाग होती आणि तिथेच ईव्हाचे 'छोटे घर' होते. तिच्या ममाने ते रंगवले होते आणि पडदेसुद्धा लावले होते. ईव्हाला आपल्या लहानपणचे खेळघर आणि ममाबरोबर खेळलेली भातुकली आठवली.

तिला आपल्या ममाच्या मृत्यूसंबंधीचे कागदपत्रं मिळाले तेव्हा खूप रात्र झाली होती. सिल्व्ही लिबरमन ऊर्फ ब्रुकर. जन्मतारीख ५ जानेवारी, १९७३. मृत्यू १८ ऑक्टोबर, १९९८. ईव्हाचे डोळे डबडबले. कॉटवरच्या सॅटीनच्या मऊशार बेडशीटमध्ये ईव्हाने स्वतःला गुरफटून घेतले आणि पाय पोटाशी घेऊन ती पडून राहिली.

"ममाला हॉस्पिटलमध्ये जावं लागलं. बाळाला बरं नव्हतं. ऑक्सिडेंट झाला." तिला तिच्या डॅडींचा आवाज ऐकू आला.

ममा गेली तेव्हा ईव्हा फक्त तीन वर्षांची होती. तिचे डॅडी नेहमी जवळजवळ अभिमानाने लोकांना सांगायचे,

"ईव्हाला ना तिच्या ममाची कधीही आठवण येत नाही. ती

समजूतदार आहे. सगळ्यांशी छान जुळवून घेते.''

पण आता तिच्या लक्षात आले, की तिला ममा का आठवत नव्हती, कारण या आठवणींचा तिला खूप त्रास व्हायचा.

तिने पान उलटले. 'दफन ल्युनटरेन २१ ऑक्टोबर, १९९८ सेंट मेरी सेमेटरी.'

खाली जाऊन काहीतरी तोंडात टाकावे, असे ईव्हाला वाटले. तिला विचार करायचा होता. ती किचनपाशी आली तेव्हा पुन्हा तिने आपल्या सावत्र आईला फोनवर बोलताना ऐकले.

''ही मुलगी अगदी जीव नकोसा करते. उदासवाण्या चेहऱ्याने घरभर फिरत राहते. व्हायोलिन तर कसलं भयंकर वाजवते. ऐकायला पााहिजेस. तिच्या वडिलांचा एकही गुण तिने घेतला नाहीये. किती वाईट आहे हे. मला वाटतं हे तिच्या आजोळचं असावं. मी ऐकलंय की ती बाई अगदी खेडवळ नमुना होती...''

ईव्हाच्या मुठी आवळल्या गेल्या.

*

शुक्रवारी जेवणाच्या ओळीत अदान धावत धावत ईव्हाजवळ आला. ''कसं चाललंय?'' त्याने तिच्या मागे रांगेत घुसत विचारले. मागच्या मुलींना धक्का लागला पण त्याचे लक्षच नव्हते. त्याने आज कँटिनमध्ये जेवायचे ठरवले होते. चॉकलेट्स खाऊन खाऊन त्याला वीट आला होता आणि कँटिनमधे आज ऑम्लेट होते. ते तरी नक्कीच हलाल असणार!

''ठीक आहे,'' ईव्हा आपल्याच नादात म्हणाली.

''मग मी आज दुपारी तुझ्याकडे यायचंय ना?''

''अर्थातच.'' ईव्हा हे जवळजवळ विसरली होती. खरेतर पूर्णपणे विसरली होती. ज्युलिआने त्या रात्री एक पार्टी ठरवली होती. ईव्हाने खांदे उडवले. कदाचित किचनमधल्या या धांदलीत तिने तिच्या मित्राला घरी आणलेले कोणाला कळलेही नसते.

ते जेव्हा ईव्हाच्या घरी पोहोचले तेव्हा शब्बातच्या मेजवानीची तयारी जोरात चालू होती. घरी पाहुणे येणार नसतील, तर ज्युलिआ ज्यू

धर्माच्या रूढी पाळण्याच्या फंदात पडत नसे, इतके की कधी कधी मेणबत्त्यासुद्धा लावल्या जात नसत. शब्बात ही तिच्या दृष्टीने सगळ्यांना भेटण्याची संधी होती. केवळ उंची कपबशा, प्लेट्स आणि त्याहून उंची पाहुणे. आज रात्री तिने खास करून रबी गस्टीनना बोलावले होते. शिवाय तिने आखलेल्या प्रदर्शनासाठी जे देणग्या देऊ शकतील असे तिला वाटत होते, अशा काही व्यावसायिकांनाही आमंत्रण होते. जाहिरात एजन्सीचा मालक असलेला ईव्हाच्या डॅडींचा मित्र, बँकेच्या मॅनेजरशी लग्न केलेली तिची बेस्ट फ्रेंड प्रिसी इत्यादी. अदानला तिथे बघून ती फारशी खूश झाली नाही.

"ईव्हा, तू आलीस?" ती म्हणाली "आणि हा कोण आहे?"

"हा माझ्या शाळेत आहे."

"नाव काय तुझं?" तिने सरळ त्यालाच विचारले.

"अदान."

"सॉरी अदान, पण आज तू इथे खेळू शकणार नाहीस. आम्ही खूप कामात आहोत. संध्याकाळची तयारी करतोय."

'खेळ? ती काय आपल्याला कुक्कुलं बाळ समजते की काय?' अदानच्या मनात आले.

"प्लीज. आम्ही वरच्या खोलीत जाऊ, तुला अजिबात त्रास देणार नाही. मध्ये मध्ये येणार नाही." ईव्हा म्हणाली.

तेवढ्यात ईव्हाचे डॅडी तिथे आले. डोक्यावर अडकवलेल्या चष्म्यामुळे त्यांचे केस विस्कटलेले होते. ते त्रासलेले दिसत होते. बऱ्याच दिवसांनी ते ईव्हाला भेटत होते. तेवढ्या घाईतही ते तिच्या बाजूने बोलल्यामुळे ईव्हाला हायसे वाटले.

"ईव्हा, हा काय तुझा शाळेतला मित्र आलाय का?" त्यांनी खूश होत हसून विचारले. "जाऊ दे ना ज्युलिआ, ते तुला त्रास देणार नाहीत."

ईव्हाने अदानला खूण केली आणि त्याला आपले बूट काढायलाही वेळ न देता ती वर पळाली.

"मी या मुलाला या आधी कुठेतरी पाहिलंय," ते पुटपुटले, "कोण आहे हा?"

"ते सगळे सारखेच दिसतात म्हणून तुला तसं वाटतंय." ज्युलिआ

पटकन म्हणाली. ''पण डार्लिंग, तो ईव्हाचा मित्र म्हणून शोभत नाही. पुरुषांना या बाबतीत काही कळत नाही. ईव्हाच्या बाबतीत मला काय ते ठरवू दे ना डिअर. आम्ही मुली एकमेकांना छानपैकी समजून घेऊ शकतो.''

अदानला स्वर्ग दोन बोटे उरला होता. ईव्हाची खोली इतकी सुंदर असेल असे त्याला वाटले नव्हते. तिच्याकडे तिचा स्वत:चा कॉम्प्युटरसुद्धा होता! व्हिडिओ पार्लरमध्ये बाहेरून बघून बघून माहिती झालेले गेम्स खेळण्यात तो लगेच मग्न झाला.

ईव्हाने छानपैकी आळस दिला. आपण एकटे नाही, ही भावनाच किती विलक्षण होती. एखाद्या सवंगड्याबरोबर टाईमपास करण्यात कशी मजा येते, हे ती जवळ जवळ विसरूनच गेली होती. ती कॉटवर पाय सोडून बसली आणि तिने कागदांचा एक गठ्ठा काढला.

''मला तुला काहीतरी दाखवायचंय.'' ती म्हणाली.

*

एकाएकी खालून मोठ्या आवाजातले बोलणे आणि ग्लासांचा किणकिणाट ऐकू आला. पाहुणे यायला सुरुवात झाली होती.

''ईव्हा, जेवणाची वेळ झाली, चला.'' तिच्या डॅडींनी हाक मारली.

अदान जिना उतरून खाली आला तेव्हा ज्युलिआ हबकली. आपल्या घरात न शोभणाऱ्या ईव्हाच्या या छोट्या दोस्ताला ती विसरूनच गेली होती.

अदानही काही फारसा खूश नव्हता. त्याने पाहिले की ज्यू पाहुण्यांनी सगळे घर भरून गेले होते. त्यांच्यापैकी एकाला लांब पांढरी दाढी होती. त्याने घरी अम्मी अब्बांबरोबर इजिप्तच्या काही विनोदी टी.व्ही. सिरीयल बघितल्या होत्या. अगदी त्यातल्या ज्यू माणसांसारखी ही माणसे होती. टेबलावर दोन मेणबत्त्या लावल्या होत्या आणि बाजूच्या टेबलावर, गोष्टीतल्या सुरस आणि चमत्कारिक अरबी कार्टूनसारखे सात मेणबत्त्यांचे झाड ठेवले होते. नक्कीच हे लोक एका धार्मिक पूजेची आणि जेवणाची तयारी करत होते.

ईव्हा आणि तिचे कुटुंबीय खरेच ज्यू होते का? अदानची ट्यूब पेटायला उशीर झाला; पण ज्यू राक्षसी होते, दुष्ट होते. जगभरातले ज्यू

मुसलमानांचा तिरस्कार करत. संधी मिळताच त्यांना ठार मारत. त्याच्या मनात आले हे जर खरंच ज्यू लोक असतील तर तो मुसलमान आहे हे कळल्यावर ते काय करतील? आणि तो मुसलमान आहे हे त्यांना कळणार तर होतेच.

रक्त पिण्यापूर्वी ज्यू असेच पूजापाठ करतात. हे सगळ्यांनाच माहिती होते. अदान लहान होता तेव्हा त्याने सांगितलेले ऐकले नाही, तर अदानची अम्मी त्याला भीती घालायची, की ज्यू लोक येऊन त्याला पळवून घेऊन जातील.

"मी जातो, मला गेलंच पाहिजे," अदान ईव्हाच्या कानात कुजबुजला.

"अरे जेवायला थांब ना प्लीज," ईव्हाने विनंती केली. तिला खरी परिस्थिती समजलीच नव्हती. त्यामुळे तिचा गैरसमज झाला, "मी थांबले नव्हते का तुझ्याकडे. मग?"

"चला, या मिस्टर," ईव्हाचे डॅडी एकदम सभ्यपणे म्हणाले. हा मित्र आपल्या योग्यतेचा नाही खालच्या दर्जाचा आहे, हे आता चष्मा लावल्यामुळे त्यांना दिसून आले होते. तरीही आला प्रसंग साजरा करून, ईव्हाने नवीन मित्र मिळवला हे आपल्याला आवडल्याचे दाखवून द्यायचे त्यांनी ठरवले होते. "तू इथे ईव्हाच्या बाजूला बसू शकतोस."

सगळे टेबलापाशी जमले आणि ईव्हाच्या डॅडींनी ग्लास उंचावला. त्यात लाल रंगाचे पेय होते. रक्त? खरे होते का ते? अदानच्या पायातले बळच गेले. त्याने असेही ऐकले होते की, ज्यू लोक मुसलमान मुलांच्या हाडांचा चुरा करून तो ब्रेडमध्ये घालतात.

पण अर्थात ते रक्त नव्हते. अदानला वाईनची बाटली दिसली. ही वाईनच होती; पण हे सुद्धा वाईटच होते. दारूची नशा आणि अशीच इतर आणखी सतरा प्रकारची पापे त्याच्यापुढे आ वासून उभी होती.

ईव्हाच्या डॅडींनी प्रार्थनेला सुरुवात केली आणि 'मेकदेश हा शब्बात' असे मोठ्यांदा ओरडून शेवट केला.

"हात धुवायची वेळ झाली." ईव्हा म्हणाली.

घाबरत घाबरतच अंदान बेसिनजवळच्या ओळीत उभा राहिला. ज्यू एका भांड्यातून पाणी ओतत होते आणि हात पुसताना काहीतरी म्हणत

होते. हा प्रकार अदानला विचित्र वाटला. तो आता या सापळ्यात अडकत चालला होता याबद्दल शंकाच नव्हती. टेबलापाशी परत गेल्यावर त्याने ईव्हाला हळूच सांगायचा प्रयत्न केला की, त्याला खरंच घरी जायचं होतं; पण त्या आवाजाने देखील एक डझनभर माना त्याच्याकडे वळल्या आणि सगळ्यांनी तोंडावर बोट ठेवून श्शश... म्हणून त्याला गप केले. रबी गस्टीनने ब्रेडची लादी उचलली. प्रार्थना म्हटली आणि सगळ्यांना प्रसादासारखे ब्रेडचे तुकडे वाटले. अचानक सगळ्यांनी एकदम बोलायला सुरुवात केली.

"काय इव्हा, तुझा हा मित्र कोण आहे?" कोणीतरी विचारले.

"माझ्या शाळेतला आहे."

"पण त्याला काही नावबीव तर असेल ना?"

"अदान,"

"ॲदन? मजेशीरच आहे. ॲडम आणि ईव्ह,"

"नाही नाही, अदान," ईव्हाने रागाने पुन्हा सांगितले; पण हा विनोद सगळ्यांना एकदम आवडला आणि टेबलाभोवती पुन्हा पुन्हा तेच वाक्य अतिशय मजेत फिरत राहिले. तेवढ्यात सूप आणले गेले. हिरव्या रंगाच्या वाफाळणाऱ्या सुपात चिकनचे तुकडे तरंगत होते. अदानने ते पाहिले मात्र, तो शरमेने लाल झाला.

"मला हे खाता नाही येणार," त्याने ईव्हाला स्पष्टपणे सांगितले.

"का पण?"

"त्यात चिकन आहे, हलाल नाहीये ते."

अचानक सगळीकडे शांतता पसरली आणि त्या शांततेत त्याचे हे शब्द घुमले. सगळ्या नजरा अदानकडे वळल्या. खोलीतले वातावरण तंग झाले आणि अनिष्ट प्रसंगाची चाहूल लागली. "खेळ खलास," अदान स्वतःशीच म्हणाला.

"'वेडा कुठला," ईव्हाचे डॅडी म्हणाले. त्यांनी जणू प्रत्येक वेळी अदानला अडचणीतून सोडवण्याचा विडाच उचलला होता. "तू मुसलमान आहेस, बरोबर?"

अदानने काहीही न बोलता फक्त मान हलवली.

"हे पदार्थ कोशर आहेत. ज्यूंसाठी बनवलेले. मुसलमान कोशर

अन्न पदार्थ खाऊ शकतात. हे पदार्थ खाल्लेलं खरंच चालतं.''

''हो, अरे खरंतर आम्ही तुमचे पदार्थ नाही खाऊ शकत,'' ज्युलिआची मैत्रीण, प्रिसिला, दुजोरा देत मदतीला धावून आली. ''तू आमच्याबरोबर हे खाऊ शकतोस, अगदी नक्कीच.''

सगळ्यांनीच सहमती दर्शवली पण यावर चर्चा मात्र सुरूच राहिली. यातून सुटकेचा मार्गच नव्हता. अदानला ते सूप घ्यावेच लागले. त्याने चमचा उचलला आणि सुपाची चव पाहिली. ते अतिशय खारट होते.

ईव्हाच्या डॅडींनी पुन्हा ग्लास उंचावला आणि सगळ्यांनी, अगदी ईव्हानेदेखील आपला ग्लास उंचावला. खरंतर तिने यापूर्वी कधी वाईन घेतली नव्हती. त्यामुळे तिच्यासाठीही हा अनुभव नवीनच होता. ज्युलिआच्या मते, खास घरगुती पार्टीत मोठी मुले पाण्यात मिसळून सौम्य केलेली वाईन घेऊ शकत होती. यामुळे आता ईव्हाला मोठे झाल्यासारखे वाटले आणि याचा तिला अभिमान वाटत होता. तिने बघितले तर अदानचा ग्लास रिकामा होता.

''अदान, वाईन घे ना, अरे चव तरी बघ.'' ती हसून म्हणाली.

''अग पण कदाचित त्याला वाईन घ्यायची परवानगी नसेल.'' तिचे डॅडी म्हणाले.

''माझ्या एवढाच आहे तो. मग त्याला वाईन घ्यायला परवानगी का नसेल? ईव्हा म्हणाली. मुसलमान धर्मानुसार दारू पिणे निषिद्ध आहे हे तिला समजलेच नव्हते. ''एका घोटाने लगेच काही होत नाही. तो काही लहान बाळ नाहीये.''

''अजिबात हरकत नाही.'' अदानचा ग्लास भरत ज्युलिआ निष्ठूरपणे म्हणाली. हे सगळे जरा हाताबाहेरच चालले होते असे तिला वाटले. तिच्या इतक्या सुंदर घरात कोणत्यातरी टपरीवरच्या फालतू माणसाला आणायचे म्हणजे काय? तिने आपले डोके दाबून धरले. ईव्हा स्वतःला समजते तरी कोण? पण या प्रसंगाचा एक फायदा होता तो म्हणजे ईव्हाच्या बाबतीत ती किती उदारपणे विचार करते, तिला किती स्वातंत्र्य देते, याची झलक आलेल्या सगळ्या पाहुण्यांना बघायला मिळाली होती.

आतापर्यंत टेबलाभेवतीचे सगळे संभाषण थांबले होते. सर्वजण अदानकडेच बघत होते. त्याने विचार केला, की नाहीतरी गाडी आता इथपर्यंत आलीच आहे तर होऊनच जाऊ दे आणि वाईन कशी लागत

असेल याचीही त्याला उत्सुकता होतीच. बहुतेक चॉकलेटसारखी गोड, चविष्ट असणार, त्यापेक्षा फार तर थोडी सौम्य असेल. त्याने होकार दिला आणि ते कडवट पेय ठसकत ठसकत झटकन प्यायले.

"बघ, काही झालं का? मेलाबिला नाहीस ना?" ईव्हा त्याला हसत म्हणाली.

*

नंतर बराच वेळ अदानला गरगरल्यासारखे होत होते आणि मग अचानक मिसेस लिबरमनच्या पर्शियन गालिच्यावर तो भडाभडा ओकला. नंतर खूप आरडाओरडा झाल्याचे अदानला आठवत होते. गाणी सुरू झाली तेव्हा अदान त्या दाढीवाल्या माणसाच्या अंगावर ओरडला होता आणि त्याने त्याच्या तोंडावर ब्रेडचे तुकडे फेकले होते. जमिनीवर पडल्या पडल्या तो शहारला. त्याचे डोके जाम दुखत होते.

"किती किळसवाणा," असं ईव्हाची सावत्र आई म्हणाल्याचे त्याने ऐकले. "आता मात्र शर्थ झाली आयझॅक. ईव्हाला काहीही अक्कल नाहीये. तिला शिस्त लावायला हवीये. डार्लिंग, मी तुला सांगणारच होते. आपण खरंच तिच्यासाठी एखाद्या चांगल्या बोर्डिंग स्कूलचा विचार करायला हवाय."

अदानला दुसऱ्यांदा उलटी झाली.

ईव्हाच्या डॅडींनी अदानला स्लोट्मेअरमधे त्याच्या घराच्या पायरीपाशी सोडले तेव्हा जवळ जवळ मध्यरात्र झाली होती. त्याचे डोके दुखायचे कमी झाले होते; पण अजूनही त्याच्या छातीत दडपल्यासारखे होत होते. जणू काही त्याने काहीतरी भयंकर पाप केले होते. अगदी वेड्यासारखे वागून स्वतःची शोभा करून घेतली होती.

दाराशीच त्याला जमीला भेटली. "घरातल्या सगळ्यांनाच वेड लागलंय का? आणि तू कुठे गेला होतास? तिने विचारले. अम्मी आणि अब्बांची किती वेळ स्वयंपाकघरात दार लावून वादावादी चाललीये."

त्याच्या तोंडाला विचित्र वास येत होता, ती घाबरली, "हा वास कसला आहे? अदान, तू दारू प्यायलास?"

"रक्त," अदान म्हणाला. अजूनही त्याला थोडी चक्कर येत होती. "ज्यू लोकांबरोबर, ईव्हाच्या घरी. ती ज्यू आहे. खरंतर ती वाईन होती."

"तू वाईन प्यायलास?" जमीलाला चांगलाच धक्का बसला होता. रक्त पिणे हास्यास्पद होते, म्हणजे शक्यच नव्हते; पण वाईन हे तसे पाहिले तर...

"ते ज्यू आहेत हे आधी माझ्या लक्षात आले नाही आणि मग मी निघतो म्हटले तर त्यांनी मला सोडलेच नाही."

"या रबी," जमीला स्वत:शीच म्हणाली. ""गप्प रहा आणि तोंड धू, कोणालाही कळू देऊ नकोस." तिने अदानला सांगितले.

*

दुसऱ्या दिवशी अदान उठला तेव्हा त्याच्या डोक्यात घणाचे घाव बसल्यासारखे होत होते आणि पोटात खड्डा पडला होता. जमीलाचे तोंड बंद राहणे शक्य नव्हते हे त्याला माहिती होते आणि खरंच सगळ्या घरात बातमी पसरली होती, की अदान ज्यू लोकांच्या घरी वाईन प्यायला.

अदानच्या मोठ्या भावाने, ओमरने शेवटी त्यांच्या अब्बांना सांगितले होते. ते ऐकल्यावर मिस्टर झकाउरनी पहिली गोष्ट काय केली असेल, ते तरातरा रसोईमध्ये गेले आणि त्यांनी आपल्या पत्नीच्या सणसणीत थोबाडीत दिली.

"तू काय आता ज्यू लोकांकडे काम करायला लागलीयेस?"

"मला माहिती नव्हतं की ते ज्यू आहेत." झकाउर बाईंनी अंग चोरत म्हटले; पण हे खरे नव्हते. त्यांनी तो मेणबत्त्यांचा स्टँड पाहिला होता. स्वत: तो स्वच्छही केला होता; पण ॲमस्टरडॅममधल्या श्रीमंत लोकांकडे इतके दिवस काम केल्यामुळे, त्यांचे खरकटे काढल्यामुळे, त्यांना डच लोकांबद्दल नवऱ्यापेक्षा जास्त माहिती होती. ही माणसे तशी त्रासदायक नाहीत हे त्यांना कळले होते. ते ज्यू होते हा काही दोष नव्हता.

"तुझी हिम्मत कशी झाली?" मिस्टर झकाउर गरजले. "आता मी हे काय ऐकतोय, आपला बेटा तिथे दारू प्यायला? किती लाजिरवाणी गोष्ट आहे ही?" पुन्हा त्यांनी आपल्या पत्नीला मारायला हात उचलला पण मग त्यांचा विचार बदलला आणि ते अदानकडे वळले.

"खरं आहे का हे?" त्यांनी विचारले.

"काय?" आता नाकारण्यात काही अर्थ नव्हता पण आपल्याला काही समजलेलेच नाही, असे भासवून आपली शिक्षा तो थोडा वेळ

टाळता येईल असे त्याला वाटले.

त्याच्या कानाखाली फाडकन आवाज झाला आणि एक ठुसठुसती कळ त्याला जाणवली. अदानशी कसे वागायचे ते त्याच्या अब्बांना छान अवगत होते.

"हो अब्बा," अदान जवळजवळ रडकुंडीला आला होता.

"तू ज्यू लोकांच्या घरी गेला होतास? काय केलं काय त्यांनी तुला?"

"काही नाही, ते ईव्हाच्या घरचे लोक होते. ती शाळेत माझ्या वर्गात आहे. ते ज्यू आहेत हे मला खरंच माहिती नव्हतं."

"तू तिथे काहीतरी प्यायलास? विष दिलं त्यांनी तुला!"

त्यादिवशी सकाळी इमाम येणारच होते हे चांगले झाले, असे अदानच्या अब्बांना वाटले. मुलांच्या ह्या अशा बेशिस्त वागण्याने ते खूप अस्वस्थ होत. आपल्या मुलांनी मुसलमानांचा देश सोडून दुसऱ्याच देशात लहानाचे मोठे व्हावे, असे त्यांच्या मनातही नव्हते. पण ते युरोपमध्ये राहत होते. इथे सभोवताली असणारा नास्तिकपणा, अनैतिकता याचा वाईट परिणाम आपल्या मुलांवर होत आहे, ती बिघडत चालली आहेत; अगदी आपला लहान मुलगादेखील वाया जात आहे हे त्यांना दिसत होते.

अदानच्या डोळ्यांत पाणी आले. आपली अम्मी आपल्याला कुशीत घेईल तर बरे असे त्याला वाटले; पण ती स्वतःसुद्धा घाबरून गेली होती आणि त्याच्याकडे बघत होती. झकाउर बाईंनी आपल्या एप्रनने स्वतःचे तोंड पुसले. आपण ज्यू लोकांच्या घरी साफसफाई केली. आपल्यामुळे आपला मुलगा त्यांच्या घरी गेला, तिथे जेवला, त्याला तिथे दारू आणि काय काय – दारू कसली, विषच ते – पाजले गेले याची त्यांना खूप शरम वाटत होती.

"या रबी," त्या ओरडल्या. आत्तापर्यंत भयाण शांतता पसरलेल्या त्या खोलीत त्यांचे सगळे कुटुंबीय छाती पिटून आक्रोश करू लागले.

"गप बसा," दारावरची घंटा वाजल्याचे ऐकून अदानचे अब्बा ओरडले. त्यांच्या आवाजाचा सगळ्यांवर तत्काळ परिणाम झाला. सगळे जागच्याजागी पुतळ्यासारखे स्तब्ध झाले.

*

तो हॉलमध्ये आला तेव्हा इमामनी लगेच, मागच्या आठवड्यात मदरसामध्ये गडबड करणाऱ्या तुया मुलाला ओळखले. हे एका सच्च्या मुसलमानाचे घर होते यात शंकाच नव्हती. या मुलाने आपल्या अब्बांपाशी आपली चूक कबूल केली होती आणि त्याच्या अब्बांनी लगेच झाल्या प्रकाराबद्दल माफी मागण्यासाठी त्यांना बोलावले होते असे त्यांना वाटले. या गोष्टीचा इमामना आनंद झाला. या मुलाने अनपेक्षितपणे योग्य तेच केले होते.

"सलाम आलेकूम,"

"वालेकूम सलाम,"

अदानने जमेल तेवढी मानसिक तयारी केली. आपल्यावर पहिला वार कसा होणार आहे आणि आपण त्याला कसे उत्तर द्यावे हे त्याला कळत नव्हते.

"तर अदान, तू अब्बाजानना सगळं सांगितलंस," इमामनी सुरुवात केली.

"शेख अब्दुल्ला, तुम्हाला माहितीये माइया मुलाच्या बाबतीत काय घडलं?"

"अर्थात, मीच शिकवतो ना त्याला."

अदानचे अब्बा आश्चर्यचकित झाले.

"अदान, काही लोक तुला सांगतील की, तू मागच्या आठवड्यात जे केलंस ती अतिशय महान गोष्ट होती."

कडकपणे पण फारसे न चिडता इमामने सुरुवात केली, "त्या नाजूक मुलीला शिक्षा होऊ नये यासाठी तू धडपडत होतास; पण तिने जे केलं ते साफ चुकीचं होतं आणि म्हणून तुझं वागणंही चूकच ठरतं. तिला शिक्षा व्हायलाच पाहिजे होती. आता तरी तुझ्या लक्षात येतंय ना, का अजूनही नाही?"

"हो," हे लेक्चर नक्की कोणत्या दिशेने जात आहे याचा अदानला पत्ता लागत नव्हता; पण बहुतेक त्याला मार खायला लागणार नव्हता याचाच त्याला आनंद झाला.

"कोण होती ती मुलगी?" इमामचे बोलणे चालूच होते. "मी कधी तिला यापूर्वी पाहिलं नाहीये. तुझ्या ओळखीची आहे का ती?"

"हो, ती माइयाच शाळेत आहे." संपूर्ण शरणागती, हाच एकमेव

उत्तम मार्ग ठरेल असे त्याला वाटत होते.

"पण ती वर्गात फार चुकीचं वागली, तिला काहीही माहिती नव्हतं."

"हो."

अदानच्या अब्बांना इमामबद्दल खूप आदर होता त्यामुळे ते मधे बोलले नाहीत; पण त्यांना काय चालले आहे ते समजत नव्हते आणि त्यामुळे त्यांचा धीर सुटत चालला होता. इतर अनेक कामे त्यांना त्या दिवशीच संपवायची होती. या मूर्ख मुलाच्या मागे लागण्याऐवजी ती पूर्ण करणे जास्त महत्त्वाचे होते.

"तुम्ही कशाबद्दल बोलताय?" ते ओरडले, "कोण मुलगी? परत ती ज्यू मुलगी तर नाही?"

अदानची छाती धडधडू लागली. आत्तापर्यंत सगळे ठीक चालले होते.

"ज्यू मुलगी?" इमामनी दचकून तेच शब्द उच्चारले.

"हो," अदान चाचरत हळूच म्हणाला, "मला माहिती नव्हतं की ती ज्यू आहे."

बुटक्या इमामनी आपले बोट अदानच्या दिशेने रोखले, तेव्हा खोलीत पूर्ण शांतता होती. भडकलेले इमाम अदानपुढे खूप धिप्पाड वाटत होते.

"काय? तू एका ज्यू मुलीला मदरसाच्या वर्गात घेऊन आलास? इतर सगळ्या पाक मुसलमान मुलींबरोबर मांडीला मांडी लावून ती बसली आणि तिने आपल्या पवित्र कुराणला स्पर्श केला? माझ्या वर्गात तू अशी घाण आणूच कसा शकलास?" भडकलेल्या इमामचा स्वर तार सप्तकात पोहोचला. "अल्ला तुला सोडणार नाही,"

पुन्हा एकदा अब्बांनी अदानच्या कानशिलात भडकावली. दुसऱ्यांदा अदानला तशीच कळ आली.

"तू एका ज्यू मुलीला मदरसाला नेलंस? आपल्या घराला तू असा काळिमा कसा फासू शकतोस? तुला काही मानसन्मान आदर आहे का नाही? आत्ताच्या आत्ता तुझ्या खोलीत जो तू अदान." रागाने थरथरणाऱ्या अब्बांचा स्वतःवर ताबा राहिला नव्हता. "आम्हाला इतर काही बोलायचंय, तुझ्याकडे मग बघतो."

अदान खोलीबाहेर पडला तेव्हा घरातल्या सगळ्यांच्या नजरा अविश्वासाने आणि घृणेने त्याच्यावर खिळल्या होत्या.

*

आपल्या अंथरुणावर पडल्या पडल्या अदानला बोलण्याचे आवाज ऐकू आले. हॉलमध्ये भलीमोठी चर्चा चालू होती. अचानक त्याला चढा स्वर ऐकू आला. त्याचे अब्बा ओरडत होते आणि रोखिया, तो रोखियाचाच आवाज होता का? मोठमोठ्यांदा विनवण्या करत होती. अदानने पॅसेजचे दार किलकिले केले.

"पण अब्बा माझं जापवर प्रेम आहे. मला या माणसाशी लग्न नाही करायचंय. तो कोण काळा का गोरा तेही मला माहिती नाहीये..."

हॉलमध्ये दाणकन कसलातरी आवाज झाला तो अदानला ऐकू आला. तेवढ्यात तारीकने त्याला बाजूला केले. तो बाहेर निघाला होता.

अदानने त्याला दरवाज्यापाशी अडवले. "हे काय चाललंय काय?" त्याने विचारले.

"मी आत्ताच्या आत्ता इथून सुटतोय." तारीक खेकसला. "अब्बांनी आत्ताच सगळ्यांना सांगितलं की, 'रोखिया आणि जमीलाचं रिफमधल्या कुठल्यातरी दोन पोरांशी लग्न ठरलंय आणि ते दोघं भाऊभाऊ आहेत. पुढच्या शनिवारीच इमामनी लग्न लावायचंय. दोघींची लग्न एकदम केली तर बहुतेक त्यांना खर्च कमी येईल किंवा आणखी काहीतरी कारण असेल."

"काय? का पण?" अदान कुजबुजला.

"ते व्हिसा हजबंड आहेत बुद्दू. इथल्या, हॉलंडमधल्या या उत्कृष्ट दुनियेत राहण्यासाठी आणि नोकरी करण्यासाठी ते काहीही करू शकतात. अगदी आपल्या बहिणींशी लग्नसुद्धा. फक्त गोची अशी झाली की, रोखिया आपल्या त्या डच पोराबद्दल पचकली. ती चोरीछिपे भेटते ना त्याला, मग काय, अब्बांनी तिला छान शिक्षा केली."

अदानने तारीकला बाजूला केले. त्याला हॉलमध्ये अब्बांशी वाद घालत असलेली आपली अम्मी दिसली. हाताने चेहरा झाकून घेतलेली रोखिया त्यांच्या पायाशी पडली होती. छोटी जमीला एकदम पांढरीफटक पडली होती. नुकताच एखादा राक्षस किंवा भूत पाहिल्यासारखी तिची गत झाली होती.

''मी तुमचे पाय पकडते,'' झकाउर बाई विनवत होत्या. ''रोखिया मोठी आहे, तिच्या लग्नाचं एकवेळ ठीक आहे; पण जमीला किती लहान आहे. माझ्या या बेटीला बिचारीला सोडा, हे बरोबर नाही.''

अदानने पुन्हा एकदा अब्बांचे गुरकावणे ऐकले, ''ए बये, मला उलट उत्तर द्यायची हिम्मत कशी झाली तुझी? तुझ्याचमुळे मुलं अशी बेशिस्त वागताहेत. मुलांकडे तुझं लक्षच नसतं. एक छान सभ्य मुसलमान कुटुंब कसं सांभाळायचं ते मी तुला शिकवीन.

अब्बांचा ठोसा अम्मीच्या तोंडावर बसण्यापूर्वी अदान हॉलमधे पळाला. अम्मीऐवजी हा गुद्दा त्याच्या पाठीत बसला आणि तो जवळजवळ कोलमडलाच.

''आणि आता हा आणखीन एक गाढव.'' अब्बा गरजले. ''अजून एवढा लहान बच्चा आहे तरी ज्यू लोकांच्या वाईनचा वास मारतोय तोंडाला. कुराण भ्रष्ट केलंस आणि आपल्या खानदानचं नाव धुळीला मिळवलंस! आपल्या अब्बांनी सांगितलेलं न ऐकता त्या घाणेरड्या ज्यू लोकांच्या घरी जाण्याची हिंमत कशी झाली तुझी? कृतघ्न कुठला, तुझा माझा आता काहीही संबंध नाही. तू मला मेलास आणि मी तुला मेलो. चालता हो इथून.''

त्यांनी अदानचे बखोट धरले आणि त्याला ढकलले, त्यामुळे त्याचा तोल गेला. ''निघून जा,'' ते खेकसले आणि दार उघडून त्यांनी अदानला बाहेर ढकलून दिले.

ढकलल्यामुळे अदानचा डावा खांदा जिन्यातल्या भिंतीवर एकदत जोरात आपटला. त्याच्या मस्तकात कळ गेली. त्याच्या मागे रागारागाने घराच्या बाहेरच्या दाराची कडी लावली गेल्याचे त्याने ऐकले. आतून इमामचा कठोर, निष्ठूर आणि कर्कश आवाज त्याला ऐकायला येत होता.

*

बाहेरच्या, ऑक्टोबरच्या स्वच्छ सूर्यप्रकाशात अदानने आपल्या पुढील पर्यायांचा विचार केला. त्याने स्वेटर घातला नव्हता; पण तेवढी थंडी नव्हती. थोडा वेळ चालले असते. त्याने आपला डावा हात चोळला. तो चांगलाच दुखत होता. आपल्या अब्बांपासून लांब राहण्यातच त्याची भलाई होती; पण प्रश्न हा होता, की किती वेळ?

तारीक आधीच पळाला होता. तो बहुतेक सुपर मार्केटच्या पार्किंग लॉटमध्ये, आपल्या गॅरेजमधल्या मित्रांबरोबर सिगारेटी फुंकत वेळ काढत होता. आपण तिकडे जावे असे अदानला वाटले नाही. घरातून निघतानाचा जमीलाचा घाबरलेला चेहरा डोळ्यांसमोर आल्यामुळे तो दचकला. आपल्या तेरा वर्षांच्या बहिणीचे एका आठवड्यात लग्न होणार आहे, याची आठवण झाल्यावर त्याला मनापासून वाईट वाटले.

आत्ता जमीलासाठी आपल्याला काही करता येईल असे त्याला वाटले नाही. तिला खरेच मोरोक्कोमध्ये शेळ्या-बकऱ्यांबरोबर, घाण वास येणाऱ्या गोठ्यात परत रहायला जावे लागणार होते की काय? अदानला मोठ्यांदा रडावेसे वाटले. तो खाली वाकून जीन्सच्या खिशात हात घालून तो आपल्या रोजच्या सकाळच्या बसच्या रस्त्यावर यांत्रिकपणे चालत राहिला.

स्लोटोडाईक स्टेशनवर पोहोचेपर्यंत अदानच्या पोटात कावळे कोकलायला लागले होते. संध्याकाळचे पाच वाजायला आले होते आणि त्याचे दुपारचे जेवणही झाले नव्हते. त्याने खिसे चाचपडले पण स्निकर्स घ्यायला छदामही नव्हता. खमंग वास आला म्हणून त्याने बघितले तर पुढे नाक्यावर उभ्या असलेल्या पिइझ्झावाल्याच्या गाडीत पिइझ्झा तयार होत होता. तो दबकत दबकत त्या बाजूला गेला.

अदानने आत्तापर्यंत पिइझ्झाच काय कोणतीही गोष्ट खरंच चोरली नव्हती. अर्थात कोपऱ्यावरच्या तुर्की वाण्याकडून कधीतरी त्याची नजर चुकवून घेतलेल्या मूठभर गोळ्या सोडल्या तर; पण वस्तू कशा पळवायच्या ते त्याला माहिती होते. जवळच्या कचरापेटीत फेकून दिलेला पण स्वच्छ दिसणारा एक पेपर नॅपकिन त्याने उचलला आणि पिइझ्झावाल्याची पाठ वळायची वाट बघत आडोशाला उभा राहिला.

संधी मिळताच अदानने झटकन गरमागरम पिइझ्झाचा एक तुकडा उचलला आणि तो पळाला. पिइझ्झावाला आपल्याला पकडू शकणार नाही एवढ्या वेगाने आपण पळू शकू ही खात्री त्याला होती. पिइझ्झावाला काही आपली गाडी सोडून त्याच्या मागे पळाला नसता आणि तसेच झाले. तो पळायचा थांबला तेव्हा मागून कोणाच्याही पावलांचा आवाज येत नव्हता. त्याने तो पिइझ्झाचा गरमागरम तुकडा आधी गपागप

खाल्ला आणि मग बोटे चाटूनपुसून स्वच्छ केली. तारीकचे बरोबर होते, चोरी करणे अगदी सोपे होते.

*

ईव्हा त्या शनिवारी पॅनकेकच्या वासाने जागी झाली. आदल्या रात्री अदानने जेवणाच्या वेळी घातलेला गोंधळ आठवून तिच्या कपाळावर आठ्या पडल्या. काय मूर्ख मुलगा आहे. काय धिंगाणा केला, किंचाळत काय होता, ब्रेड काय फेकला आणि शेवटी ओकला, सगळेच भयानक होते. ज्युलिआ या सगळ्यावरून तमाशा करणार हे नक्की होते.

खाली जाण्यापूर्वी ईव्हाने नाईटड्रेसवर आपला उबदार ड्रेसिंग गाऊन लपेटला. तिला हे आवडायचे नाही. यात ती एखाद्या पाय फुटलेल्या वेडिंग केकसारखी दिसायची; पण त्यादिवशी सकाळी बऱ्यापैकी थंडी होती.

किचनमधे तिची चाहूल लागताच ज्युलिआने गर्रकन वळून तिच्याकडे पाहिले. "ईव्हा, मला वाटतं मला आणि तुझ्या डॅडींना तुझ्याशी बोलायला हवंय. यापूर्वीच हे व्हायला हवं होतं," तिने धारदारपणे म्हटलं. "काल रात्री अगदी अतीच झालं."

ईव्हाने ताज्या संत्र्यांच्या ज्यूस घ्यायला हात पुढे केला.

"तो तुझा मित्र अतिशय मूर्खासारखा वागला." ज्युलिआच्या आवाजात हेटाळणी पुरेपूर भरली होती. "त्याला आपल्या घरी आणलंस; पण तो इथे येण्याच्या सुद्धा लायकीचा नाही हे तुला कळलं नाही. तू मैत्री करावीस एवढी त्या मुलाची किंमत नाही. मला खात्री आहे की त्याचे आईवडील कोण आहेत, काय करतात याची तुला कल्पनाही नसेल. आपण तर त्यांना ओळखतही नाही."

ज्युलिआचा आवाज एकदम वरच्या सप्तकात पोहोचला होता. "तुझ्या डॅडींनी मला सांगितलं की त्यांनी काल त्याला स्लोट्मेअरमध्ये सोडलं! कोणत्यातरी अरब गुंडाला माझ्या घरात आणलंस आणि ते सुद्धा शब्बातच्या रात्री? तुला काही अक्कल आहे का नाही?"

"मला माहिती आहे त्याचे आईबाबा कोण आहेत ते आणि तुम्हीही त्यांना ओळखता." ईव्हाला एकदम आपल्या सावत्र आईचा भयंकर राग आला. "तो झकाउर बाईंचा मुलगा आहे आणि स्लोट्मेअरमधली

सगळी माणसं काही चोर नाहीयेत. निदान मी त्यांच्या घरी जाते तेव्हा मला तरी ती तशी दिसत नाहीत. मला वाटतं, इथे तुझ्या या श्रीमंत घरातच भरपूर चोर आहेत.''

''ईव्हा तुझी हिम्मत कशी झाली? त्या झाडूवालीचा मुलगा? तू त्याच्या घरी गेली होतीस? स्लोट्मेअरला? तुला कोणी मारून टाकलं असतं किंवा आणखी भयानक काही... ईव्हा, तुझं डोकंबिकं फिरलंय का?''

ज्युलिआ ईव्हाच्या डॅडींकडे वळली, ''आयझॅक, आता मात्र आपल्याला निर्णय घ्यायलाच हवाय.''

ती मागे वळली, ''ईव्हा, मी आणि तुझ्या डॅडींनी ठरवलंय की तुझ्यासाठी बोर्डिंग स्कूलच बरी पडेल. तू तिथे खूश राहशील, तुला चांगले मित्रमैत्रिणी मिळतील. स्वित्झर्लंडमध्ये, आल्प्समधे रहायचं आणि तुला तिथली चॉकलेट्स देखील आवडतील. हे फारच–'' ती थांबून म्हणाली– ''छान होईल.''

ईव्हाने डबडबलेल्या डोळ्यांनी डॅडींकडे पाहिले. तिच्या नजरेत प्रश्नचिन्ह होते. ते तरी तिला लांब पाठवणार नाहीत, अशी तिला खात्री होती; पण त्यांनी तिच्याकडे बघायचेच टाळले. ते ज्युलिआकडे एकटक पाहत होते. शेवटी हळूच त्यांनी होकारार्थी मान हलवली.

''तू तिथे खूश राहशील डिअर,'' ते हळू आवाजात म्हणाले. ''स्वित्झर्लंड खूपच छान आहे. तुला त्या पर्वतरांगा आवडतील आणि ज्युलिआ तुझ्यासाठी उत्तम शाळा शोधून काढेल. तुला खूप मित्रमैत्रिणी मिळतील आणि शिवाय तुला कसं वागायचं ते शिकायला मिळेल.'' सुस्कारा सोडून ते थांबले, जणू काही ते योग्य शब्द आठवत होते, ''आणि मिळेल एक खरंखुरं सुसंस्कृत वातावरण.''

''तुमच्या मते अदान पुरेसा सुसंस्कृत नाहीये का?'' ईव्हा उसळून म्हणाली. ''तुम्ही सगळे इतका ढोंगीपणा कसा करू शकता? त्याच्या अम्मीने तुमची महागडी चांदीची भांडी घासली तर तुम्हाला चालतात; पण त्यांच्या मुलाने ती जेवायला वापरली तर तुम्हाला चालत नाही?''

''ईव्हा, बास. झालं तेवढं पुरेसं आहे, तुझ्या खोलीत जा.'' ईव्हाचे डॅडी ओरडले.

ईव्हा खोलीबाहेर जात होती तेव्हा ज्युलिआ प्रचंड समाधानाने बघत होती.

"डार्लिंग, तू अगदी योग्य तेच केलंस. या अरब मुलाचा ईव्हावर आधीच इतका भयानक प्रभाव पडलाय. ती आत्ता तुझ्याशी कशी बोलली बघितलंस ना? आपण लगेच यावर काय ती उपाययोजना केली नाही, तर आपल्याला कळायच्या आत ती ड्रग्ज घ्यायला लागेल आणि शेवटी शाळाही सोडून देईल! एकतर ती आत्ता अर्धवट वयाची आहे. तिने असा झाडूवालीच्या मुलाबरोबर वेळ घालवणं आपल्याला परवडण्यासारखं नाहीये."

तिने आपल्या नवऱ्याच्या हातात आपला हात गुंफला. "ती बोर्डिंग स्कूलमध्ये गेली की आपण दोघंच असू घरी, खूप मजा येईल."

*

आपल्या कॉटवर अंगाचे मुटकुळे करून पडलेल्या ईव्हाला खूप वाईट वाटत होते. पुन्हा एकदा शाळा बदलायची याचे तिला फारसे काही वाटत नव्हते. तिला ज्युलिआचे हे अतिव्यवस्थित, सामानाने जरा जास्तच भरलेले घर किंवा हे विचित्र, नावडते गाव ॲमस्टरडॅम, सोडावे लागणार म्हणून दुःख होणे शक्यच नव्हते; पण आत्तापर्यंत ती तिच्या डॅडींबरोबर राहिली होती. आता अचानक ती त्यांना सोडून राहू शकत नव्हती.

आपल्याला फसवण्यात आल्याचा जबरदस्त धक्का तिला बसला होता. ते तिला इतक्या सहजपणे लांब कसे काय पाठवू शकत होते. पोस्टाने मागवलेले एखादे पार्सल बेत बदलल्यामुळे परत करावे, असे काहीसे तिच्या बाबतीत घडत होते. त्यांच्या दृष्टीने तिची एवढीच किंमत होती?

अगदी स्वतःच्याही नकळत ईव्हाचा हात त्या पुस्तकांच्या ढिगाऱ्याखाली गेला. तिथे आता ममाच्या फोटोबरोबर तिच्या अंत्ययात्रेच्या वेळी पेपरमध्ये आलेल्या जाहिरातीची कॉपीही ईव्हाने ठेवली होती. अंधुक प्रकाशात तिने त्या शब्दांवरून पुन्हा बोट फिरवले.

'अंत्ययात्रा– ल्युनटरेनब्द २१ ऑक्टोबर, १९९८ सेंट मेरी सेमेटरी.'

२१ ऑक्टोबर म्हणजे पुढचा शनिवार. तिच्या ममाच्या अंत्ययात्रेला बरोबर नऊ वर्षे पूर्ण होणार होती. ईव्हाने दफनभूमीचे चित्र नजरेसमोर

आणायचा प्रयत्न केला. सगळे काळ्या कपड्यातले दु:खीकष्टी नातेवाईक; पण तिला काहीच आठवत नव्हते. कदाचित ममाला दफन करतेवेळी डॅडींनी तिला तिथे नेलेच नव्हते. त्यांनी ईव्हाला कधीही ती दफनभूमी दाखवली नव्हती, इतकेच नाही तर याविषयी ते तिच्याशी कधी बोललेही नव्हते.

ईव्हाला अचानक, आपण कधी एकदा ल्युनटरेनला जाऊ असे झाले. तिला वाटले, की ती जर कसेही करून एकदा तरी तिथे जाऊ शकली, तिच्या ममाला जिथे दफन केले ती जागा स्वत: पाहू शकली, तर तिला तिची ममा भेटल्यासारखे वाटेल. तिची ममा – जिने तिची काळजी घेतली, तिच्यासाठी त्या शेडला हिरवा रंग दिला आणि छोटे छोटे पडदे लावले. तिच्यावर मनापासून प्रेम करणाऱ्या ममाच्या आठवणीत ती हरवून गेली.

*

ईव्हाने उरलेला दिवस आपल्या बेडरूममध्येच घालवला. रोझलिनने तिला सँडविचेस आणून दिली होती; पण ती खाते आहे का नाही ते बघायला ती थांबली नव्हती. जेव्हा तिचे डॅडी तिला बघायला वर आले, तेव्हा तिने हळूच पोट दुखत असल्याचे कारण सांगितले.

"ईव्हा, अरेरे हे वाईट झालं," ते कसनुसं हसत म्हणाले, "तुला कोणी शिक्षा करत नाहीये माहितीये ना? आम्ही हे तुझ्या भल्यासाठीच करतोय आणि मी आज संध्याकाळची ऑपेराची तिकिटे काढलीयेत. ज्युलिआला तर आपण कधी एकदा ऑपेराला जाऊ असं झालंय. तू पण येशील ना?"

ईव्हा मनातल्या मनात शहारली. ज्युलिआने गुंता काढण्यासाठी चांगले तासभर तिचे केस विंचरले असते. तिने आणलेले अतिविचित्र कपडे ईव्हाने घालावेत म्हणून आग्रह धरला असता आणि ते कपडे तिच्या कमरेला घट्ट झाल्यावर हळहळली असती. ऑपेरा हाऊसच्या थिएटरवर भेटलेल्या शहरातल्या प्रत्येक लुंग्यासुंग्या उच्चभ्रू माणसाला तिची ओळख करून दिली असती. 'ही आहे माझी नवी सावत्र मुलगी ईव्हा, हिची जबाबदारी माझ्यावरच आहे.' प्रयोगानंतर एखाद्या हॉटेलमधे रात्रीचे जेवण घेणे तर भागच पडले असते, तेव्हा ज्युलिआने तिला कोपराने ढोसून ताठ बसायला सांगितले असते आणि टेबल मॅनर्स

पाळायची आठवण करून दिली असती. तिचे डॅडी तिच्याकडे बघून अर्धवट हसले असते. सगळ्यांत कडी म्हणजे, प्रत्येकाने सगळे काही एकदम छान आहे, असा आव आणला असता. जणू काही अचानक, त्यांनी आपल्या आयष्यातून तिची हकालपट्टी केलेलीच नाही. हे सगळे खरोखर फक्त तिच्या भल्यासाठी करत होते. नाही, ईव्हाला ऑपेराला जावेसे वाटत नव्हते, मुळीच नव्हते.

*

तिने जेव्हा पुढचे दार बंद झाल्याचा आणि मर्सिडिजचे इंजिन सुरू झाल्याचा आवाज ऐकला तेव्हा ती कॉटवरून उतरली आणि तिने एक जाड कोट अंगात घातला. आपले जेवणातले उरलेले रोस्ट बीफ सँडविच तिने एका प्लॅस्टिकच्या पिशवीत गुंडाळले. आपला आयपॉड आणि पर्सही बरोबर घेतली. सरतेशेवटी तिच्या ममाच्या अंत्ययात्रेची जाहिरात तिच्या पर्समधे गेली. तिने पुढचे दार उघडले आणि आपल्या मागे बंद करून घेतले.

*

"पिएट, गाडी थांबव." ज्युलिआने अचानक ड्रायव्हरला सांगितले. ती आपल्या नवऱ्याकडे वळली, "मला ऑपेरा बघताना लागते ती दुर्बीण पर्समधे नाहीये. ईव्हा माझ्या गोष्टी नेहमी उचकत असते. आयझॅक, कदाचित तो तिचा छोटा मित्र आला होता त्याने घेतला असेल. डार्लिंग, तू परत वर बेडरूममधे जाऊन पाहशील का?"

*

ईव्हाने जेव्हा आपल्या मागे घराचे दार बंद केले तेव्हा तिला ल्युनटरेन गावाला कसे जायचे याची बिलकूल कल्पना नव्हती. ते कुठे आहे हेही तिला माहिती नव्हते. पण ती त्या रस्त्याच्या टोकाला पोहोचली तेव्हा सेंट्रल स्टेशनला जाणारी एक बस तिच्या बाजूने गेली. ईव्हाच्या लक्षात आले की, आपण तिकडे जाणारी पुढची बस पकडली पाहिजे. तिथे पोहोचल्यावर पुढे ल्युनटरेनला कसे जायचे, ते कोणालातरी विचारता आले असते. शनिवारी संध्याकाळी तिकडे जायला खात्रीने एखादी तरी ट्रेन असणारच होती.

पण ईव्हा तिथे बसमधून उतरली तेव्हाच अंधार पडला होता. सेंट्रल स्टेशनचे प्रवेशद्वार एखाद्या गुहेच्या तोंडासारखे दिसत होते. खूप घाण होती तिथे, जिकडे-तिकडे कोल्ड्रिंक्सची डबडी आणि कागदाचे बोळे. काळे जाकीट घातलेला एक मुलगा आपल्या कंपूबरोबर तिथल्या पॅसेजमधे हसतखिदळत टाईमपास करत होता. ईव्हाला बघून तो त्या गटापासून बाजूला झाला आणि त्याने तिच्या दिशेने हात पुढे केला.

"ए मुली इथे काय करत्येस? या मित्रासाठी बॅगेत काही पैसेबिसे आहेत का नाहीत?"

टेन्शनने ईव्हा एकदम ताठ झाली. अशा वातावरणाला एकटीने सामोरे जाण्याची तिला सवय नव्हती. न थांबता ती पुटपुटली, "मी ठीक आहे." आणि तिने चालण्याचा वेग वाढवला.

तिथल्या ऑटोमॅटिक तिकीट मशीनच्या बाजूच्या बाकावर एक लहानसा मुलगा डोके धरून, वाकून बसला होता. त्याने अंगात स्वेटरबीटर काही घातला नव्हता. तो मधेच आपले पाय हलवत होता, एकमेकांवर आपटत होता. ओळख पटून ईव्हा दचकली. तो अदान होता.

ईव्हा त्याच्यापाशी गेली, "काल रात्री काय झालं तरी काय?" तिने विचारले. "लोकांच्या घरी कसं वागायचं तेही तुला माहिती नाही?"

"ते ज्यू होते."

"म्हणून काय झालं? मी पण ज्यूच आहे. मी तर ते मिरवते देखील."

ज्युलिआने तिला दिलेल्या डेव्हिडच्या स्टार पेंडंट कडे तिचा हात गेला. ईव्हाने ते दागिन्यासारखे घालावे असा तिचा आग्रह होता.

"माझ्यावर खरं तर शिक्कामोर्तबच केलं गेलंय."

"मी नाही बघितलं कधी; पण ज्यू लोक मुसलमानांचा द्वेष करतात, ते आमचं रक्त पितात."

"हेच तू काल रात्रीसुद्धा म्हटलंस. पण वेड्या ते रक्त नव्हतं, ती वाईन होती. ज्यू रक्त पीत नाहीत. आम्ही तर रक्तवालं मटणसुद्धा खात नाही. तुला या गोष्टी सांगितल्या तरी कुणी?"

"पण ज्यू मुसलमानांचा द्वेष करतात," अदान आपला मुद्दा सोडत नव्हता. "पॅलेस्टाईनचंच बघ ना, इस्त्रायली लोकांना सगळ्या अरबांना मारायचंय."

"मला नाही माहीत, माझे डॅडी म्हणतात की अरबांना ज्यू लोकांना मारायचंय.''

"ज्यू लोकांनी आमची जमीन घेतली.''

"जमीन अरबांनी बळकावली. आम्ही फक्त ती परत मिळवतोय.''

त्यांनी काही न बोलता एकमेकांकडे पाहिले. मध्यपूर्वेतल्या राजकीय परिस्थितीवरच्या आपल्या बाळबोध ज्ञानाचा आणखी पंचनामा झाला तर पंचाईत होईल, असे त्या दोघांनाही वाटले आणि आता रस्त्यावरची माणसे देखील त्यांच्याकडे बघायला लागली होती.

अदानने या शांततेचा भंग केला. "माझा भाऊ म्हणतो की सगळ्या ज्यूंनी ते जिथून आले तिथे परत जावं.''

"तुला काय म्हणायचंय? प्रत्येकाने आपल्या जन्मगावीच राहिलं पाहिजे?''

"हां, अगदी प्रत्येकाने नाही काही, फक्त ज्यू लोकांनी.'' हा तर्क त्याच्यावरच उलटू शकतो हे समजण्यासाठी फारशी कल्पनाशक्ती लढवायची गरज नव्हती.

"तू पण मोरोक्कोहून आलायस,'' ईव्हा तुसडेपणाने म्हणाली. तिने पुन्हा अदानकडे पाहिले. स्टेशनमध्ये गार वारा येत होता आणि तो अक्षरशः कुडकुडत होता. "ते जाऊ दे, तू इथे काय करतोयस? तुझा स्वेटर कुठाय?

"माझं माझ्या अब्बांशी भांडण झालं आणि त्यांनी मला घराबाहेर हाकलून दिलं. ते माझ्या बहिणींची लग्नं ठरवताहेत. मोरोक्कोमधले नवरे शोधलेत त्यांनी.''

"चल काहीतरीच काय. जमीलाचं नाही ना?''

"जमीला आणि रोखिया, ती लांब केसवाली, ती सतरा वर्षांची आहे.''

ईव्हाला धक्का बसला. ती दाणकन अदानच्या शेजारी बसली. जमीला तिच्या पुढच्या इयत्तेत होती. ती तेरा वर्षांपिक्षा मोठी नसणार.

"हे थांबवण्यासाठी तू काही करू नाही शकत?''

"नाही. त्यांनी आधीच इमामना बोलावलंय. लग्नसमारंभ साजरा करण्यासाठी. त्यांनी कदाचित सगळी धार्मिक कागदपत्रंही कदाचित आधीच तयार केली असणारेत.''

"पण लग्न कोणाशी ठरवताहेत?''

''मला नाही माहीत, दोन भाऊ आहेत. मोरोक्कोला राहणारे. ते किती वर्षांचे आहेत तेही मला माहिती नाही. मला नाही वाटत माझे अब्बा त्यांना कधी भेटलेत. ते मोरोक्कोला राहतात.''

अदान समोरच्या भिंतीकडे एकटक बघत होता. त्याला ईव्हासमोर रडायचे नव्हते.

ईव्हा भेदरून गप्प बसली. तिच्यापेक्षा अदानची परिस्थिती जास्तच खराब होती. त्याला यापुढे घरच उरले नव्हते. तिच्या डोक्यावर कसे का असेना, निदान एक छप्पर तरी होते. तिने एकदम आपले अंग आक्रसून घेतले.

''मी ल्युनटरेनला जातेय,'' ती हळूच म्हणाली. ''मी तुला ज्या गावाबद्दल सांगितलं ना तेच ते गाव. तिथेच माझ्या ममाचं दफन झालं. तुला माझ्याबरोबर यावंसं वाटत असलं तर चल ना, येतोस का? येत असलास तर चल, जाऊ या.''

हेरेंग्राटवरील लिबरमन कुटुंबाच्या त्या भव्य घरात ईव्हाचे डॅडी आपल्या पत्नीची ऑपेराच्या वेळी वापरायची दुर्बीण शोधत होते. पण त्यांना ती कोठेही सापडत नव्हती.

''ईव्हाऽऽ''

काहीही उत्तर आले नाही.

''तू ज्युलिआची छोटी दुर्बीण खेळायला घेतली होतीस का?''

सगळीकडे शांतता होती. ज्युलिआचे बरोबर होते, आयझॅक लिबरमन स्वतःशीच म्हणाले. ईव्हाचा प्रश्न बिकट होत चालला होता. तिला स्विस बोर्डिंग स्कूलला पाठवणे हा अगदी योग्य निर्णय होता. कदाचित ती तिच्या आयपॉडवर गाणी ऐकत बसली असेल असे त्यांना वाटले. आपल्या मुलीच्या बेडरूममध्ये डोकावण्यासाठी ते वर गेले.

''ईव्हा?''

*

ल्युनटरेनसाठी शेवटची ट्रेन आठ त्रेपन्नला सुटली. त्यांना जवळजवळ एक तास थांबावे लागले. शनिवारी रात्री मौजमजा करण्यासाठी बाहेर पडलेल्या गर्दीने ॲम्स्टरडॅमचे सेंट्रल स्टेशन फुलून गेले होते. झिंगलेल्या टोळक्यांबरोबर भुरटे धंदे करणाऱ्यांची तिकिटाच्या खिडकीजवळ एकच

झुंबड उडाली होती. त्यांच्याबरोबर गळ्यात पट्टा वगैरे नसलेली भलीमोठी कुत्रीसुद्धा होती. ईव्हा अगदी ताठ मानेने त्यांच्या बाजूने गेली. त्या कोणीही तिच्याकडे आपले लक्ष आहे असे दाखवले नाही, याचे ईव्हाला आश्चर्य वाटले.

तिकिटे अडोतीस युरोंना होती. ईव्हाने पैसे काढण्यासाठी अख्खी पर्स धुंडाळली पण तिने तिचा भरघोस पॉकिटमनी केव्हाच उडवला होता. आत्ता तिच्याकडे आत्ता फक्त एकतीस युरो पन्नास सेंटच शिल्लक होते.

''काही हरकत नाही, आपण तुझं तिकीट काढू शकतो. त्याचे एकोणीस युरो होतील आणि मी असाच चकटफू प्रवास करेन.'' अदान म्हणाला. ''तारीक म्हणतो की शनिवारी रात्री ट्रेनमधे टी.सी. नसतात. ते आळशी आहेत त्यामुळे वीकएंडला काम करत नाहीत.''

खरेतर अदान कधीही शनिवारी, एकटा किंवा आपल्या भावाबरोबर ट्रेनने गेला नव्हता आणि आयुष्यात एकदाही त्याने विनातिकीट प्रवास केलेला नव्हता; पण आत्ताची वेळच वेगळी होती आणि त्याला वाटले, की आपण आल्या प्रसंगाला धीराने सामोरे जायला पाहिजे.

ऐकून ईव्हाला धक्काच बसला. ती म्हणाली, ''पण ही चोरी आहे.''

''अगदी असंच काही नाही. पण तुला जर हे चुकीचं वाटत असेल, तर एखाद्या दिवशी जेव्हा तुझ्याकडे पैसे असतील तेव्हा तू स्टेशनवर ये. एक तिकीट काढ आणि तसंच फाडून टाक.'' अदान म्हणाला,

त्याही परिस्थितीत ईव्हाला हसू फुटले.

*

अदान आणि ईव्हा ट्रेनमधे चढले तेव्हा अदान आणि ईव्हा दोघेही भेदरलेले होते आणि अगदी शेवटच्या क्षणी दोन टी.सीं.नी धावत धावत गाडी पकडली, ते बघून तर ते आणखीनच घाबरले.

''आता काय करायचं?'' ईव्हाने हळूच कुजबुजत विचारले.

''तुला काहीही होणार नाही.'' अदान म्हणाला. ''तुझ्याकडे तिकीट आहे आणि माझं मी कसंही बघून घेईन. मी सांगेन की माझं तिकीट हरवलं. कदाचित ते त्यांच्या केबिनमधेच बसतील. तारीक म्हणतो की, ते नेहमी असंच करतात.''

"नाही, असं नको, मी तुला माझं तिकीट देते आणि त्यांना सांगते की माझं तिकीट हरवलंय," ईव्हाने उत्तर दिले.

ईव्हाचा मुद्दा बरोबर आहे हे अदानच्या लक्षात आले. चांगल्या कपड्यातल्या, श्रीमंत दिसणाऱ्या, डच मुलीचे तिकीट हरवलेले कळले, तर टी.सी. एखादे वेळेस तिला सोडून देतील किंवा फारशी शिक्षा करणार नाहीत; पण एखाद्या तिकीट नसलेल्या मोरोक्कन मुलाला मात्र पकडण्याची दाट शक्यता आहे. तरीही आपल्या चुकीची शिक्षा या मुलीला होऊ देणे, त्याला चालले नसते.

"घाबरू नकोस, एवढी वेळच येणार नाही," अदान उत्तरला.

गाडी आता गावाबाहेर आली होती; पण पूर्वेकडच्या अगदी प्रत्येक छोट्या स्टेशनवर थांबत थांबत जात होती. अदान आणि ईव्हा त्यांच्या डब्याच्या दाराकडे तोंड करून बसले होते. मागे पडत जाणाऱ्या गावांकडे त्यांचे लक्षच नव्हते. टी.सी. तिथे आलेच तर ते दोघे काय करणार होते, हाच विचार दोघांनाही सतावत होता.

घाबरल्यावर ईव्हाला खूप भूक लागायची आणि आता तर उशीरही झाला होता. तिने आपल्याकडचे रोस्ट बीफ सँडविच बाहेर काढले आणि अर्धे अदानला देण्यासाठी त्याचे दोन तुकडे केले.

"थँक्स, पण मी हे खाऊ शकणार नाही." अदान म्हणाला.

"का नाही?" ईव्हाने विचारले.

"ते हलाल नाहीये."

"हलाल म्हणजे कोशरसारखं असतं ना? माझे डॅडी म्हणाले होते की, कोशर पदार्थ मुसलमानांना चालतात."

"तुझे डॅडी तर ज्यू आहेत, त्यांना काय माहीत?"

ईव्हा निरुत्तर झाली. "तुझा प्रॉब्लेम काय आहे? जेव्हा जेव्हा तू ज्यू लोकांबद्दल बोलतोस तेव्हा तेव्हा ते अगदी वाईट आहेत असंच तुला वाटत असतं आणि तू मुसलमान आहेस. मला म्हणायचंय की..."

"...तुला वाटतं की मुसलमान वाईट आहेत."

"हो, मला म्हणायचंय... की नाही," ईव्हा चाचरली. "मला म्हणायचंय की हे दोन्ही बरोबर नाहीये. मला वाटतं की दोघांत फारसा फरकच नाहीये."

या वाक्याने दोघेही दचकले आणि गप्पच झाले. तेवढ्यात ईव्हाने

वर बघितले आणि ती एकदम थबकली. पुढच्या डब्यातून ते टी.सी. त्यांच्या दिशेने येताना तिला दिसले.

अदाननेही वर बघितले आणि एका झटक्यात सगळी परिस्थिती त्याच्या लक्षात आली. तोपर्यंत पुढचे स्टेशन आले आणि ट्रेनचा वेग मंदावला. त्याने ईव्हाला उठून उभे राहण्याची खूण केली. "चल आपलं स्टेशन आलं." ईव्हाकडे अर्थपूर्ण नजरेने बघत तो मोठ्यांदा म्हणाला. ते ट्रेनमधून उतरले आणि धावत धावत बच्याच पुढच्या डब्यात चढले. ईव्हाने थोडा दम खाल्ला. ती हसायला लागली. हे एकदम सोपे होते.

अदानला हे सोपे वाटले नाही. ते दोन्ही टी.सी. परत त्यांच्याच डब्याकडे येताना त्याने नुकतेच बघितले होते.

"बच्चे," त्यांच्यातला जाडा म्हणाला, "एकटेच, आत्ता रात्री नऊ वाजता. गाडीत अशी चढउतर, चढउतर काय चाललंय तुमचं नक्की?"

"तिकीट दाखवा." दुसरा बारका टी.सी. म्हणाला.

*

ईव्हा आणि अदानने, ईव्हाचे तिकीट हरवले आहे वगैरे अस्वस्थपणे सांगितले. आपल्याला माफ करावे, सोडून द्यावे अशी गयावया ईव्हाने केली. ती म्हणाली की तिची सावत्र आई खूप भडकेल. शेवटी ईव्हा रडायला लागली. त्या टी.सीं.नी तिचे नाव गाव लिहून घेतले; पण मग त्यांना तिची दया आली. हा या छोट्या मुलीचा पहिलाच गुन्हा असावा असे तिच्या बोलण्यावरून तरी वाटत होते. तो अरब मुलगा मात्र चालू वाटत होता, पण त्याच्याकडे तर तिकीट होते.

शेवटी एकदाचे ईव्हा आणि अदान ल्युनटरेनला पोहोचले तेव्हा दहा वाजून तीन मिनिटे झाली होती. त्यांच्या बरोबर त्या स्टेशनला फक्त आणखी दोन माणसे उतरली आणि तिथल्या अंधाऱ्या पार्किंग लॉटच्या दिशेने निघून गेली. ईव्हा, अदान बघत होते, पण ती हां हां म्हणता दिसेनाशी झाली. ते टी.सी. या मुलांकडे संशयाने बघत होते. कोणीही मोठा माणूस बरोबर नसताना, हे दोघे, एकटे, एवढ्या रात्री इथे काय करत होते?

ईव्हा, अदानला विचार करायला वेळच नव्हता. ते स्टेशनबाहेर पडले आणि अंधारात चालू लागले. ईव्हाला थंडी वाजत होती आणि

तिला माहिती होते, की अदानही गारठला होता. तिलाच भूक लागली होती, मग अदान तर नक्कीच भुकेलेला असणार हे तिच्या लक्षात आले. वाटेत त्यांना एक जुन्यापुराण्या वस्तूंचे, एक चहाचे, एक औषधाचे अशी काही दुकाने लागली. सगळी दुकाने बंद झाली होती.

ते एका ठिकाणी वळले आणि ईव्हा एकदम थांबली. तिच्या समोर एक पांढऱ्या रंगाचे हिरव्या तुळयांचे घर होते. सभोवतालच्या कुंपणावरील वेड्यावाकड्या वाढलेल्या झाडीतून ती चांदण्यात चमकणाऱ्या त्या घराच्या दिशेने तिने डोकावून पाहिले. घरासमोरील बागेच्या एका कोपऱ्यात एक रंगीत शेड होती.

*

ॲमस्टरडॅममध्ये तिच्या डॅडींनी पोलिसांना बोलावण्यासाठी अनेक वेळा फोन लावला होता. शेवटी एकदाचे रात्री दहा वाजता ते आले. डॅडींनी पुरवलेले ईव्हाचे वर्णन त्यांनी लिहून घेतले; पण ते वैतागलेले आहेत, हे स्पष्ट दिसत होते.

"सर, ती बहुतेक मध्यरात्रीपर्यंत परत येईल, मला वाटतं की ती एखाद्या पार्टीला गेली असणार. बारा-तेरा वर्षांची मुले जेव्हा वेळेवर घरी येत नाहीत, तेव्हा नंतरच्या बारा तासांतसुद्धा ती परत आली नाहीत, तरच आम्ही शोध घ्यायला सुरुवात करतो."

"मी तुम्हाला बजावून सांगतोय, की तुम्ही या सगळ्याचा जरा गांभीर्याने विचार करावा," आयझॅक लिबरमन कडाडले. "ही माझी मुलगी आहे आणि ती पार्टीबिर्टीला गेलेली नाही."

"ठीक आहे सर, तुमचं आणि तुमच्या या मुलीचं हल्ली हल्ली भांडणबिंडण झालंय का? तिने नवीन कोणाशी मैत्री केलीये का? काही विचित्र वागणूक वगैरे?"

ज्युलिआ मधेच बोलली, "आताशा ती एका मोरोक्कन मुलाबरोबर खूपच वेळ घालवायची. त्याचं नाव आहे अदान झकाउर आणि माझ्याकडे त्याचा पत्तापण आहे." ती म्हणाली.

*

स्लोट्मेअरला झकाउर बाईंनी रात्रीच्या जेवणाची भांडी पुन्हा एकदा

घासली. मधेच थांबून त्या आपल्या सुजलेल्या चेहऱ्याला बर्फ लावत होत्या. त्यांच्यावर किती संकटे एकदम कोसळली होती! रोखियाचे लग्न ठरवले गेले होते. ते नवऱ्या मुलाला ओळखत नव्हते हे वाईट होते; तरी ते परवडले असते. पण जमीला... किती लहान होती जमीला. यामुळे त्यांचे हृदय पिळवटत होते आणि एवढेच पुरेसे नव्हते म्हणून की काय, त्यांचा सगळ्यांत छोटा मुलगा अदान, त्याचा तर पत्ताच नव्हता.

तारीकने चावीने दार उघडल्याचा आवाज त्यांना ऐकू आला. झकाउर बाई लगबगीने त्याला दारापाशीच गाठायला पुढे गेल्या.

"शू ऽऽ शू तुझ्या अब्बांना उठवू नकोस. तारीक बेटा, अदान कुठे गेलाय बघ ना. जरा परत बाहेर जा. तुला अदानला शोधलंच पाहिजे. जा तुझ्याच्याने जमेल ते सगळं कर."

*

पायाला काहीतरी ओलेओले हुळहुळल्यामुळे ईव्हाला जाग आली. ती घाबरून थरथरत उठली. तिने सभोवताली पाहिले. अजून पहाटही व्हायची होती. शेडच्या कोपऱ्यात खालच्या सिमेंटच्या थंडगार फरशीवर, अदान अंगाचे मुटकुळे करून झोपला होता. त्याच्या बाजूला लॉन कापायचे मशीन पडले होते. असे मुटकुळे करून झोपल्यामुळेच ती दोन्ही मुले त्या एवढ्याशा जागेत मावली होती.

तिथल्या एका खिडकीला अजूनही एक पडदा लटकत होता. आता त्याच्या फाटून चिंध्या झाल्या होत्या. ईव्हाने ते बघितले, हे तिचे 'ईव्हा हाऊस' होते. ईव्हा लहान असताना तिला खेळण्यासाठी तिच्या ममाने ही शेड स्वच्छ करून रंगवली होती. आता या शेडची मोडतोड झाली होती. पण मोडकीतोडकी का असेना, ती अजून उभी होती. भिंतीवर खडूने एक ओव्हनचे चित्र काढल्याचे तिला आठवले. ती तिथे कशी भातुकली खेळायची, ते आठवल्यावर तिला हसू फुटले. तिथल्या उघड्या लाकडी भिंतींना तिच्या ममाने स्वतः रंग दिला होता. अजूनही त्या रंगाच्या ओळखू येण्याइतपत खुणा शिल्लक होत्या. आता फाटक्या अवस्थेत असलेले खिडक्यांचे पडदेसुद्धा ममानेच शिवले होते. बिलकूल आवाज न करता ईव्हाने पडद्याचा हुक काढला आणि पडद्याच्या कडेला

अतिशय नीटसपणे घातल्या गेलेल्या टाक्यांवरून बोट फिरवले. तेवढ्यात अदानने चुळबुळ केली आणि ईव्हाने पटकन ती पडद्याची चिंधी आपल्या खिशात कोंबली.

त्याच्याजवळ जाऊन ओणवे होत तिने त्याला हाक मारली, "अदान, चल ऊठ." ती म्हणाली. "या घराच्या आत्ताच्या मालकांना जाग आली तर आपण पकडले जाऊ, त्यापूर्वी आपण सटकू या."

रिमझिम पावसाला सुरुवात झाली होती. आभाळ भरून आले होते. एकंदरीत, खूप वेळ, कदाचित सलग आठवडाभर देखील, हा गारेगार पाऊस चालू राहील अशी लक्षणे होती. तरीही सकाळच्या ताज्यातवान्या हवेमुळे अदानला उत्साह वाटला. ईव्हाला वाटणाच्या काळजीची झळ त्याच्यापर्यंत पोहोचलीच नव्हती. त्याने मोठी जांभई दिली आणि पाठोपाठ खुशीत आळसही दिला. रात्रीची झोपायची जागा थोडीशी गैरसोयीची असली तरी त्याला थोडा वेळ झोप लागली होती.

"आपण नाश्त्याचं काय करणार आहोत?" त्याने विचारले.

रात्री कुंपणाच्या झाडीतून ते जसे आत गेले होते, तसेच आता ते बाहेर आले. निघण्यापूर्वी मागे वळून ईव्हाने त्या घराचा निरोप घेतला. 'मी इथे परत येईन.' तिने मनात म्हटले.

दूरवर चर्चच्या घंटा निनादत होत्या आणि त्यांची पावले आपसूक तिकडे वळली. कदाचित आपल्याला एखादे तरी दुकान उघडे दिसेल असे अदानला वाटले. ईव्हाला मात्र माहिती होते, की तिच्याकडे असलेल्या पैशात एखादा केकचा तुकडासुद्धा आला नसता. वाटेत त्यांना एक दगडी चर्च लागले. अजून तिथे माणसांची वर्दळ सुरू झालेली नव्हती. तिथल्या प्रवेशद्वारापाशी असलेली पाटी वाचून थोडी पुढे गेलेली ईव्हा माघारी फिरली. 'सेंट मेरी सेमेटरी' त्या पाटीवर लिहिले होते.

"अदान, इकडे ये." तिने हाक मारली.

*

अदानचे कुटुंब ज्या मोहोल्ल्यात राहत होते, तिथे गल्लीत पोलिसांची गाडी येणे ही चांगली घटना नव्हती. रविवारी सकाळी जेव्हा पोलिस त्यांच्या कॉलनीपाशी पोहोचले, तेव्हा आजूबाजूच्या घरांत ही बातमी

लगेच पसरली आणि प्रत्येक घराच्या दरवाज्यात गर्दी जमा झाली.

"तुम्हाला माझ्या मुलाशी, अदानशी बोलायचंय?" एवढ्या सकाळी झोपमोड केल्याबद्दल साहजिकच नाराज होत मिस्टर झकाउर म्हणाले, "पण का? त्याने काय केलंय?"

"एक मुलगी हरवली आहे, त्यासंदर्भात आम्हाला त्याला काही प्रश्न विचारायचे आहेत." हवालदाराने आपल्या वहीत बघितले. "ईव्हा लिबरमन, उंची एक मीटर चाळीस सेंटीमीटर, पिंगट डोळे, कुरळे केस..." अदानच्या अब्बांनी वेळ मारून न्यायचे ठरवले. त्यांनी रागाच्या भरात आपल्या मुलाला घराबाहेर काढले आहे आणि आत्ता तो कोठे आहे याची त्यांना अजिबात कल्पना नाही, ही गोष्ट डच पोलिसांच्या लक्षातही येणार नाही, असे त्यांना वाटले.

"अदान झोपलाय," ते म्हणाले. "तो उठला, की मीच त्याला पोलीस स्टेशनला घेऊन येईन."

"ती तिकडची बेडरूम, हो ना?" हवालदाराने विचारले.

अदानच्या अंथरुणावर एकही सुरकुती नव्हती. तिथे रात्री कोणी झोपल्याची कसलीच खूण नव्हती. हवालदाराने मिस्टर झकाउरकडे संशयाने पाहिले.

"आपण हे संशयित आहेत असे धरून चालू." त्यांच्यापैकी एकजण म्हणाला. "चाचाजी, आता जरा चांगली कहाणी ऐकवा, नाहीतर आपल्या सगळ्यांनाच गप्पा मारायला पोलीस स्टेशन गाठावे लागेल."

आत्तापर्यंत घटलेले सगळे कमी होते म्हणून आता त्यांच्या पतीला अटक होत होती. "या रबी," खाली फतकल मारून बसत आणि आपल्या एप्रनने तोंड झाकून घेत झकाउर बाई रसोईमधून किंचाळल्या. "ही ती ज्यू मुलगीच आहे! तारीक म्हणाला, की अदान रात्री इथे आपल्या इलाख्यात नव्हताच. त्याला विष देणारे हेच ते ज्यू लोक. त्यांनीच माझ्या मुलाला पळवलं."

*

अदान आणि ईव्हाला थडगे सापडायला अजिबात वेळ लागला नाही. चर्चच्या या शांत आवारात जास्तीत जास्त फक्त पन्नासएक

थडगी होती. गवतात लपलेले ते थडगे ईव्हाला प्रथम दिसले. त्यावर एक साधा, पांढरा, चौकोनी दगड होता. तो आता जमिनीत इतका दबला होता की, जवळ जवळ दिसेनासाच झाला होता.

'सिल्वी लिबरमन १९७३-१९९८ प्रेमळ पत्नी आणि आई,' त्यावर कोरले होते.

ईव्हा एकदम नि:शब्दपणे खाली बसलेली अदानने पाहिले. 'बिच्चारी' अदानच्या मनात आले. आईविना जगणे म्हणजे खरंच खूप कठीण असणार. चर्चच्या घंटा वाजायच्या थांबल्या आणि पुढची प्रार्थना सुरू झाली हे त्याने ऐकले.

शक्यतो बिलकूल आवाज न होईल याची काळजी घेत, तो ईव्हाच्या शेजारी बसला. त्याने आपले डोके जमिनीवर टेकवले आणि मृत मुसलमान व्यक्तींसाठी म्हटली जाई ती प्रार्थना, जनाजा अगदी हळू आवाजात म्हणायला सुरुवात केली.

*

रविवारी सकाळी दहा वाजेपर्यंत स्लोट्‌मेअरमधल्या जुन्या बाजारातील मशिदीपाशी लोकं जमायला सुरुवात झाली होती. अफवांचे पीक आले होते. ज्यू लोकांनी एका मुसलमान मुलाला पळवून नेले होते. नाही, नाही, एक मुसलमान मुलगा एका ज्यू मुलीबरोबर पळून गेला होता आणि त्या ज्यू मुलीने चक्क कुराणाला हात लावण्याचे धाडस केले होते. पुन्हा कोणीतरी पोलिसांना बोलावले तोपर्यंत जवळ जवळ दोनकशे माणसे रस्त्यावर उतरली होती. पोलिसांची गाडी दिसताच त्यांच्या दिशेने कोणीतरी एक दगड भिरकावला.

पोलिसांची गाडी 'घूम जाव' करून तातडीने परत पोलीस स्टेशनच्या रस्त्याला लागली, हे त्या जमावाने जेव्हा पाहिले, तेव्हा त्या जमावात विजयाचा उन्माद पसरला. लोकांनी भराभर आणखी दगड उचलले. कोणी बाजारातल्या फळवाल्याच्या स्टॉलवरची फळे लांबवली. शेपूट घालून परतणाऱ्या त्या गाडीवर फेकता येण्यासारखी प्रत्येक गोष्ट हस्तगत केली गेली.

गाडीच्या मागे लागलेले रस्त्यावरचे लोक आणि त्यांचा आविर्भाव पाहून, गाडीतल्या हवालदाराने पोलीस स्टेशनला मेसेज पाठवला,

"आम्हाला मदत लागणारे, चटकन आणखी तुकड्या पाठवा." तो घाईघाईत बोलू लागला. "परिस्थिती चिघळतेय, स्लोट्मेअरमधे दंगल सुरू होतेय."

*

साडेदहाला मिस्टर लिबरमनच्या दरवाज्यावरील घंटा वाजली. आयझॅक लिबरमननी दार उघडले.

"थँक यू पिएट. रबी गस्टीन, या आत या. मीटिंग माझ्या स्टडीमधे आहे."

मिस्टर लिबरमननी ड्रायव्हरला पाठवून आपल्या समाजातील काही प्रतिष्ठित लोकांना बोलावून घेतले होते.

ईव्हाच्या बाबतीत नक्की काय घडले, ते त्यांना सगळ्यांना सांगायचे होते. घसा खाकरून त्यांनी बोलायला सुरुवात केली.

"माझी मुलगी घरात नाहीये." ते म्हणाले. "एका मोरोक्कन कुटुंबाचा याच्याशी संबंध आहे, असा पोलिसांना दाट संशय आहे."

"कुटुंबाचा संबंध म्हणजे? तुम्हाला नक्की काय म्हणायचंय?" कोणीतरी विचारले.

"त्यांचा एक मुलगा पळून गेलाय आणि दुसऱ्या दोघांचं पोलीस रेकॉर्ड आहे."

"तुम्हाला म्हणायचंय – तुमच्या ईव्हाला पळवून नेलंय? पोलीस सुपरिंटेंडन्टनाच फोन करतो ना मी."

*

रविवार सकाळची चर्चमधली प्रार्थना आटोपल्यानंतर अदान आणि ईव्हा सेंट मेरी चर्चमधे गेले. आत अंधार होता. तिथल्या रंगीत काचेच्या खिडकीजवळच्या चबुतऱ्यावर मेणबत्त्या लावल्या होत्या. ईव्हा पुढे गेली. अदान जरा बिचकला; पण मग तोही तिच्यामागून गेला. त्याला कसला तरी ओळखीचा वास आला. उदबत्तीचा असेल?

ईव्हाने एक मेणबत्ती लावली आणि इतर मेणबत्त्यांबरोबर स्टँडमधे ठेवली. अदान ते बघत होता. ईव्हा थोडा वेळ त्या मेणबत्तीकडे एकटक बघत होती. मग ती वळली आणि हळूहळू चालत चर्चबाहेर पडली.

चर्चबाहेर मुसळधार पाऊस चालू होता. ते आधीच पूर्णपणे भिजले होते. त्यामुळे त्यांना थंडी वाजायला लागली होती आणि प्रचंड भूक लागली होती. त्यांना एखादे दुकान उघडे दिसले असते, तरी ईव्हाच्या खिशातल्या बारा युरोंत फारसे काही आले नसते आणि त्या शेडमध्ये आणखी एक रात्र काढण्याचा तर प्रश्नच नव्हता. आपापले घर सोडून त्यांनी फक्त एक रात्र घालवली होती; तेवढ्यातच ते खोटेही बोलले होते आणि त्यांनी चोरीही केली होती. त्यामुळे आता आपल्यापुढे काय वाढून ठेवले असेल, याची त्या दोन्ही मुलांना कल्पना होती.

ईव्हाने खिशातली ती पडद्याची चिंधी घट्ट पकडली. ती ही चिंधी आपल्याबरोबर घेऊन जाणार होती.

"मला वाटतं, आपण आता परत फिरायला हवं." ती उदासपणे म्हणाली.

*

रविवारी सकाळी अकरा वाजून तीन मिनिटांनी ल्युनटरेन हे टुमदार गाव सोडून ॲमस्टरडॅमला निघालेल्या ट्रेनमधून ईव्हा आणि अदान परत यायला निघाले. यावेळी कोणाकडेच तिकीट नव्हते. दोघेही आपापल्या विचारात गढून गेले होते.

"दफनासाठी ही जागा खूप सुंदर आहे, म्हणजे तुमचे दफन करावे लागणार असेल तर." अदान म्हणाला.

ईव्हाने त्याच्याकडे पाहिले. तिलाही तेच वाटत होते, सेंट मेरी ही जागा दफनासाठी खूपच छान होती. तिला आता एकदम मोकळे मोकळे वाटत होते. "ती माझ्या ममाने निवडली होती की काय कोण जाणे." ती म्हणाली, "घरी गेले की डॅडींना विचारेन की ममाचे दफन इथेच का केले."

ती बोलता बोलता थांबली आणि तिने खिशातली चिंधी कुरवाळली. "तू किती चांगला आहेस, माझ्याबरोबर आलास, तिथे ममासाठी प्रार्थना केलीस, थँक्स."

कालच्या ट्रेनमधले ते दोन टी.सी.अचानक दत्त म्हणून त्यांच्यासमोर येऊन उभे राहिले.

"ए," त्यांच्यातला बारका रागाने ओरडला, "तुम्हीच ती कालची दोन मुलं ना, आता या खेपेला तुम्ही सुटू नाही शकणार."

*

त्या टी.सीं.नी ताब्यात घेतलेले ईव्हा आणि अदान, त्यांच्याबरोबर ॲमस्टरडॅमच्या सेंट्रल स्टेशनवर उतरले, तेव्हा बातम्यांत दाखवण्यात येणारी हरवलेली दोन मुले हीच आहेत हे टी.सीं.च्या लक्षात यायला वेळ लागला नाही. "ती दोघेही आमच्या ताब्यात आहेत." पोलिसांच्या रेडिओवरून संदेश देण्यात आला. "त्या मोरोक्कन मुलाने तिला पार ल्युनटरेन पर्यंत नेलं होतं."

"अगदी वेळेवर सापडलीत दोघं." स्लोट्मेअरकडे निघालेल्या पोलिसांच्या गाडीतून उत्तर आले. "इथे दोन गाड्यांना आग लावली गेलीये आणि परिस्थिती हाताबाहेर चाललीये. त्या अरब मुलाला ताबडतोब इकडे आणा. तो ठणठणीत आहे हे इथे सगळ्यांना दाखवायला हवंय."

"ठीक आहे; पण त्या सुपरिटेंडेन्टना आधी कळवा आणि माझ्या मागची त्यांची कटकट थांबवा. त्यांना सांगा की ही मुलगी एकंदरीत सुखरूप दिसतेय."

सायरन वाजवत पोलिसांची गाडी सुसाट निघाली. स्लोट्मेअरमधून धुराचे लोट उठत होते.

"तुला काही होणार नाही ना?" ईव्हाने काळजीच्या सुरात अदानला म्हटले.

"मला वाटतंय की माझे अब्बा आता मला मोरोक्कोला परत पाठवतील. नाहीतरी मला तिथल्या मदरसामधे रहायला पाठवण्याची धमकी ते नेहमी देतात. त्यामुळे म्हणे मला कसं वागायचं ते शिकता येईल, पण तुझं काय?"

"एक चांगली सभ्य, सुशिक्षित स्त्री बनण्यासाठी मी स्वित्झर्लंडला जातेय."

खिडकी बाहेर बघता बघता अदानला हसू फुटले. "मला खात्री आहे, की मी जर तुला चॅलेंज दिलं, तर तू मला भेटायला मोरोक्कोलासुद्धा येशील." तो म्हणाला.

"अगदी नक्की, धरूनच चाल." ईव्हाने ताडकन उत्तर दिले. "मी तुला डबल चॅलेंज देते की तू स्वित्झर्लंडला येऊन दाखव. मी तिथे पोचले की तुला पत्र पाठवून माझा पत्ता कळवेन."

"मी पण तुला पत्र पाठवेन." अदान म्हणाला. तो ईव्हाकडे बघून हसला. "इन्शाल्ला, म्हणजे अल्लातालाची मर्जी असेल तर!"

"इन्शाल्ला!" ईव्हापण म्हणाली.

■■■